ചോട്ടുവും മീട്ടുവും

Chottuvum Meetuvum
Childrens Literature

Harish R Namboodiripad

CHINTHA PUBLISHERS
Thiruvananthapuram

First Edition
November 2022

Second Impression
May 2023

Published & Typesetting
Chintha Publishers, Thiruvananthapuram

Printed at
Repro India Ltd, Mumbai

Cover Design
Vinod Mangoes

ISBN : 978-93-94753-34-1

CO - 3204 / 6516

Email: chinthapublishers@gmail.com
Website: www.chinthapublishers.com

A version is available at National Libraries
Kolkata, Mumbai, Chennai and Delhi

Distribution
DESHABHIMANI BOOKHOUSE
H O Thiruvananthapuram 695035

Branch
Head Office Kunnukuzhi • Statue Thiruvananthapuram
KSRTC Bus Terminal Thampanoor • Saphalyam Complex Thiruvananthapuram
KSRTC Bus Station Alappuzha • KSRTC Bus Station Ernakulam
Machingal Lane Thrissur • IG Road Kozhikode
Mavoor Road Kozhikode • NGO Union Building Kannur
Central Bus Terminal Complex Thavakkara Kannur

ചോട്ടുവും മീട്ടുവും

ഹരീഷ് ആർ നമ്പൂതിരിപ്പാട്

ചിന്ത പബ്ലിഷേഴ്സ്
തിരുവനന്തപുരം-695 035

ഹരീഷ് ആർ നമ്പൂതിരിപ്പാട്

എറണാകുളം ജില്ലയിലെ മൂവാറ്റുപുഴ താലൂക്കിൽ, കാക്കൂർ കാഞ്ഞിരിപ്പിള്ളി മനയിൽ, രാമൻ നമ്പൂതിരിപ്പാടിന്റെയും നളിനി അന്തർജ്ജനത്തിന്റെയും മകനായി ജനിച്ചു.

സെന്റ് മേരീസ് യു പി സ്കൂൾ അഞ്ചൽപ്പെട്ടി, ശ്രീകൃഷ്ണ ഹൈസ്കൂൾ ആനന്ദപുരം, ഗവ. കോളേജ് മണിമലക്കുന്ന്, ടി ഡി ടി ടി ഐ മട്ടാഞ്ചേരി എന്നിവിടങ്ങളിലെ വിദ്യാഭ്യാസത്തിനുശേഷം രാമമംഗലം ഹൈസ്കൂളിൽ യു പി വിഭാഗം അദ്ധ്യാപകനായി സേവനമനുഷ്ഠിക്കുന്നു. ബാലസാഹിത്യം, പുരാണം, വൈജ്ഞാനികം, നർമ്മം എന്നീ മേഖലകളിലായി നാല്പതിലേറെ പുസ്തകങ്ങൾ പ്രസിദ്ധീകരിച്ചു. *മാതൃഭൂമി* ബാലപംക്തിയിലൂടെ സാഹിത്യജീവിതം ആരംഭിച്ചു. *ജന്മഭൂമി, മാധ്യമം ദിനപ്പത്രങ്ങൾ, കേസരി, ബാലരമ, ബാലഭൂമി, ബാലമംഗളം, മലർവാടി, കളിക്കുടുക്ക, മിന്നാമിന്നി, ചെറുസൂനം, കളിവീണ* മുതലായ ബാലപ്രസിദ്ധീകരണങ്ങളടക്കം നിരവധി ആനുകാലികങ്ങളിൽ കഥകളും കവിതകളും പ്രസിദ്ധീകരിച്ചു വരുന്നു.

കൃതികൾ: *കുഞ്ഞിക്കവിതകൾ, പൊൻകണി, മഴമുത്ത്, പുരാണകഥകൾ, പുരാണകഥാമാല, ശിവകഥാമാല, ശ്രീ ഭദ്രകാളിചരിതം, ഇതിഹാസകഥകൾ, മാമ്പഴം, കാനന പ്രൈമറി സ്കൂൾ ഇംഗ്ലീഷ് മീഡിയം, നളചരിതം, വിശ്വമഹാകവി കാളിദാസൻ, ഐതിഹ്യമാലയിലെ ആനക്കഥകൾ, ഐതിഹ്യമാലയിലെ രസികന്മാർ, സാഹിത്യ ക്വിസ്, മെഗാക്വിസ്, സയൻസ് ക്വിസ്, സൂപ്പർ ക്വിസ്, എൽ ഡി സി 2020, സ്കൂൾ ക്വിസ്, വാട്സ്ആപ്പ് ഫലിതങ്ങൾ, നഴ്സറി ഗാനങ്ങൾ, അമ്മുവിന്റെ കുഞ്ഞിമാളു, മഹാമാന്ത്രിക കഥകൾ, കുഞ്ഞുണ്ണിയും വല്ല്യുണ്ണിയും, ന്യൂജെൻ കഥകൾ, തക്കാളിക്കല്യാണം, ഗുണപാഠകഥകൾ, ഹയ്യോ മീശ, മരതകദ്വീപ്, ന്യൂജെൻ ജോക്ക്സ്, അമ്മച്ചിറക്, ചിന്നുവിന്റെ പട്ടുകുപ്പായം, ആനക്കുപ്പായം, ദിനാചരണക്കവിതകൾ, അമ്പട! അമ്പയറേ.*

ഭാര്യ : സൗമ്യ ഹരീഷ്
മകൻ : അഭിനവ് എച്ച് നമ്പൂതിരിപ്പാട്
സഹോദരി : സുപ്രിയ ഒളപ്പമണ്ണ
വിലാസം : കാഞ്ഞിരപ്പിള്ളി മന,
കാക്കൂർ പി ഒ, കൂത്താട്ടുകുളം,
പിൻ - 686662
Phone : 9495317176
email : hariyohara@gmail.com

ഉള്ളടക്കം

പ്രസാധകക്കുറിപ്പ്

രസകരമായ കഥകളിലൂടെ കുട്ടിക്കൂട്ടുകാരെ ആകർഷിക്കുന്ന കൃതിയാണ് *ചോട്ടുവും മീട്ടുവും.* കാട്ടിലെ മൃഗങ്ങളാണിതിലെ പ്രധാന കഥാപാത്ര ങ്ങൾ. മൃഗങ്ങൾ തമ്മിലുള്ള ഇണക്കങ്ങളും പിണ ക്കങ്ങളും ചെറിയ ചെറിയ മത്സരങ്ങളുമെല്ലാം രസ കരമായ ഭാഷയിൽ ലളിതമായി ഹരീഷ് ആർ നമ്പൂ തിരിപ്പാട് അവതരിപ്പിച്ചിരിക്കുന്നു. വന്യമൃഗങ്ങളുടെ കഥാലോകത്തേക്ക് കൂട്ടുകാർക്കു സ്വാഗതം.

ചിന്ത പബ്ലിഷേഴ്സ്

ഭോലുവിന്റെ സൂപ്പർ ബൈക്ക്

കിട്ടൻകരടിയുടെ മൂത്തമോനാണ് ഭോലു.
ഒരുദിവസം അവൻ അച്ഛനോടാവശ്യപ്പെട്ടു
അച്ഛാ എനിക്കൊരു വണ്ടി വേണം.
ചെത്തി നടന്നു രസിച്ചീടുവാൻ
സൂപ്പർ ബൈക്കൊന്നു വാങ്ങിത്തരൂ
ഞാനൊന്നടിച്ചു പൊട്ടിച്ചിടട്ടെ

"അച്ഛാ എനിക്കൊരു ന്യൂജനറേഷൻ ബൈക്ക് വാങ്ങി ത്തരണം. കൂട്ടുകാരെല്ലാം പുതുപുത്തൻ ബൈക്കുമായി കറങ്ങി നടക്കുമ്പോൾ എനിക്കു കൊതിയാവുന്നു. പ്ലീസ് ഒരു ബൈക്ക് വാങ്ങിത്തരൂ....."

"എന്താ മോനെ നീയീപ്പറയുന്നത്? ബൈക്ക് വാങ്ങാനുള്ള ശേഷി നമുക്കില്ല. മാത്രമല്ല, ഇത്ര ചെറുപ്രായത്തിൽ ബൈക്കു മായി കറങ്ങുന്നത് അപകടമാണ്."

"അച്ഛനെന്നോട് ഒരു സ്നേഹവുമില്ല. ഓരോ കൂട്ടുകാർ കൊണ്ടുവരുന്ന ബൈക്ക് കാണണം. പ്ലീസ് അച്ഛാ.... അച്ഛാ ഒരു ബൈക്ക് വാങ്ങിത്തരുമോ?"

അപേക്ഷയും ഭീഷണിയും സങ്കടവും വാശിയും എല്ലാം കൊണ്ട് സഹികെട്ട കിട്ടൻ, തന്റെ ഗുഹ പണയംവെച്ച് വലിയൊരു തുക കടമെടുത്ത് ബൈക്ക് വാങ്ങിക്കൊടുത്തു.

വാശിപിടിച്ച് അമ്മയുടെ ആഭരണം പണയം വെച്ച് കിട്ടിയ പണവുമായി അവൻ ബൈക്ക് മോഡിഫിക്കേഷൻ നടത്തുന്ന സ്ഥലത്തെത്തി.

വർക്ക്ഷോപ്പ് നടത്തുന്ന
ജിങ്കൻ ചെന്നായയോട് പറഞ്ഞു.
"ജിങ്കൻ ചേട്ടാചങ്ങാതീ
പുത്തൻ ബൈക്കിതു കണ്ടോ നീ
ചോദിക്കുന്ന പണം നല്കാം
മാറ്റം ചിലതു വരുത്തേണം.

ചേട്ടാ, സൈലൻസർ മാറ്റി കാട് നടുങ്ങുന്ന ശബ്ദമുള്ള താക്കിത്തീർക്കണം. നീണ്ടു വളഞ്ഞ ഹാൻഡിൽ വേണം. മൊത്തം ഡ്രാഗൺ സ്റ്റിക്കർ വേണം. ആകപ്പാടെ ഒരു പൊളി ലുക്ക് ആയിരിക്കണം."

"ഞാനേറ്റു. നീ പോയി അടുത്തയാഴ്ച വന്നാലും."

ഭോലു പറഞ്ഞപോലെ ജിങ്കൻ ബൈക്കിന്റെ രൂപം മാറ്റി.

സ്റ്റാർട്ട് ചെയ്തു കഴിഞ്ഞപ്പോൾത്തന്നെ ആ പ്രദേശമാകെ പുക കൊണ്ടു നിറഞ്ഞു. കാതടപ്പിക്കുന്ന ശബ്ദവും....

പറഞ്ഞ പണംകൊടുത്ത് സന്തോഷത്തോടെ, അഭിമാന ത്തോടെ ഭോലു ബൈക്കുമായി ഇറങ്ങി.....

ഫുൾ ടാങ്കും പെട്രോളടിച്ച്
നൂറേ നൂറിൽ പറപ്പിച്ചു.
ബൈക്കു വരുന്നേ
കിടിലൻ ബൈക്ക് വരുന്നേ
നൂറെ നൂറിൽപ്പാഞ്ഞു വരുന്നേ
ജീവൻ വേണേൽ മാറിക്കോ
പാട്ടും പാടിക്കൊണ്ടാണ് വരവ്.

പാടിയതുശരിയാണ് ആ മാതിരി മരണപ്പാച്ചിലാണ്.

പ്രായമായവർ ഭയന്ന് ഒതുങ്ങിനിന്നു. ചെറുപ്പക്കാർവരെ പേടിച്ചോടിമാറി.

തലയിൽ പഴക്കുട്ടയുമായി ഒരു കരടിയമ്മൂമ്മ വഴിയരി കിലൂടെ നടന്നുവരികയായിരുന്നു. ഭോലു തൊട്ടു തൊട്ടില്ല എന്ന മട്ടിൽ അവരെ കടന്നുപോയി.

ആ വരവിന്റെ ശക്തിയിൽ പാവം റോഡിൽ വീണു.

കുട്ടയിലെ പഴങ്ങളെല്ലാം ചിതറി. ആളുകൾ ഓടി വന്നു.

കുറെ പഴങ്ങൾ പെറുക്കി എടുത്തുകൊടുത്തു. പകുതിയും നടുറോഡിലേക്കാണ് വീണത് വാഹനങ്ങൾ നിർദ്ദയം അതിനു മേൽ ചീറിപ്പാഞ്ഞു പോയി.

അമ്മൂമ്മയ്ക്കും കാര്യമായ പരിക്കുകൾ പറ്റി.

ശബ്ദകോലാഹലങ്ങളുയർത്തി പൊടിപറത്തിക്കൊണ്ടു വന്ന വാഹനത്തെ നിയമപാലകർ കൈകാട്ടി നിർത്താൻ ശ്രമിച്ചു. ഭോലുവുണ്ടോ നിർത്തുന്നു. അഹങ്കാരത്തോടെ അവൻ കുതിച്ചുപാഞ്ഞു.

പൊലീസ് വാഹനങ്ങൾ പിന്തുടർന്ന് ബൈക്ക് കസ്റ്റഡിയിലെടുത്തു.

ഉടൻ രക്ഷാകർത്താക്കളെ വിവരമറിയിച്ചു.

കിട്ടൻ സ്റ്റേഷനിലെത്തിയപ്പോൾ യാതൊരു കൂസലുമില്ലാതെ നില്ക്കുന്ന മകനെയാണ് കാണുന്നത്.

വിവരങ്ങൾ എല്ലാമറിഞ്ഞ കിട്ടന് തലകറങ്ങുന്നതുപോലെ തോന്നി.

“നിങ്ങളുടെ മകനും വാഹനവും കസ്റ്റഡിയിലാണ്. വിട്ടു കിട്ടണമെങ്കിൽ രണ്ട് ആൾ ജാമ്യവും പിഴ സംഖ്യയും നല്കണം.

ഞാൻ താങ്കളെയാണ് കുറ്റപ്പെടുത്തുക. കുട്ടികൾ പറയുന്നതു കേട്ട് പക്വതയില്ലാത്ത പ്രായത്തിൽ ഇത്തരം സൂപ്പർ ബൈക്കുകൾ വാങ്ങിക്കൊടുക്കരുത്.

സാധാരണ വാഹനങ്ങൾ ഓടിച്ച് പരിശീലിച്ചശേഷം മാത്രമേ റേയ്സിങ് ബൈക്കുകൾ വാങ്ങിക്കൊടുക്കാവൂ. അതും നമ്മുടെ നിയന്ത്രണത്തിൽ നില്ക്കും എന്നുള്ളവർക്ക് മാത്രം.

നിയമവിരുദ്ധമായ മോഡിഫിക്കേഷന് പണം നല്കിയത് അമ്മയാണെന്ന് ഇവൻ പറഞ്ഞു.”

എസ് ഐ തുടർന്നു:

“പൊതുജനങ്ങളിൽനിന്നു നിരവധി പരാതികൾ കിട്ടിയിട്ടുണ്ട്. ഇവൻ ഓടിച്ച ബൈക്ക് കാരണം ഒരമ്മൂമ്മ ഇപ്പോൾ ആശുപത്രിയിലാണ്.”

തൊണ്ടയിടറിക്കൊണ്ടാണെങ്കിലും ഉറച്ച ശബ്ദത്തിൽ കിട്ടൻ മറുപടി നല്കി.

"പിഴയടയ്ക്കാനുള്ള തുക എന്റെ കൈയിലില്ല സർ. ബൈക്ക് മോഡിഫിക്കേഷൻ വരുത്തിയത് ഞാനറിഞ്ഞില്ല. അതിനുള്ള ഫലം അമ്മയ്ക്ക് കിട്ടുകയും ചെയ്തു. അമ്മയുടെ അമ്മ ബൈക്ക് തട്ടി ഇപ്പോൾ ഹോസ്പിറ്റലിലാണ്."

അപ്പോഴാണ് ഭോലുവിന് മനസ്സിലായത്

തന്റെ മരണപ്പാച്ചിലിൽ മറിഞ്ഞു വീണത് സ്വന്തം അമ്മൂമ്മ യായിരുന്നുവെന്ന്.....

"ജാമ്യത്തുക നല്കിയില്ലെങ്കിൽ ഇവൻ ഇവിടെ കിടക്കും അല്ലേ സാറേ. കിടക്കട്ടെ രണ്ടുദിവസം കിടന്ന് മര്യാദ പഠിക്കട്ടെ. വാഹനം തിരിച്ചു കിട്ടില്ലെങ്കിൽ അതും നന്നായി. കുറച്ചു പണം പോയെന്നല്ലേയുള്ളൂ. മനസ്സമാധാനം കിട്ടുമല്ലോ."

പറഞ്ഞു തീർന്നപ്പോഴേക്കും ആ പാവം കിതച്ചു പോയി.

''നിയമവിരുദ്ധമായി മോഡിഫിക്കേഷൻ വരുത്തിയ വാഹനം ഞങ്ങൾ വിട്ടുതരില്ല. അതിന്റെ പേരിലും കുറച്ചു പണം പിഴയടയ്ക്കേണ്ടിവരും."

"പൊന്നു സാറേ, ഒരു നയാപൈസ കൈയിലില്ല. ഇവനെത്ര നാൾ ഇവിടെക്കിടന്നാലും എനിക്ക് വിരോധമില്ല.

താഴെയുള്ളതെങ്കിലും മര്യാദയ്ക്ക് വളരട്ടെ."

''അങ്ങനെ പറഞ്ഞിട്ട് കാര്യമില്ലല്ലോ. നിയമപരമായ നടപടികൾ ആ വഴിക്ക് പോകും. എങ്കിലും നിങ്ങൾ ജാമ്യത്തിനു ശ്രമിക്കൂ."

"നീ കണ്ടില്ലേ, അച്ഛന്റെ വിഷമം. നീമൂലം എത്രപേർ ബുദ്ധിമുട്ടി. നിരവധിപേരുടെ ആരോഗ്യവും പണവും സമയവും നഷ്ടപ്പെടുത്തി.

യാത്ര ചെയ്യാനുള്ളതാണ് വാഹനങ്ങൾ. അതിൽ അത്ഭു തങ്ങൾ സൃഷ്ടിക്കേണ്ട ആവശ്യമില്ല. മാന്യമായ രീതിയിൽ വാഹനങ്ങൾ ഓടിച്ചാൽ എല്ലാവർക്കും സമാധാനം ലഭിക്കും."

റേസിങ് ബൈക്കുകൾ അതിനനുയോജ്യമായ മൈതാന ങ്ങളിൽ മാത്രം ഉപയോഗിക്കുക. പൊതുവഴിയിലൂടെയല്ല അഭ്യാസം കാണിക്കേണ്ടത്. പുതിയ തലമുറയ്ക്ക് എടുത്തുചാട്ടം കൂടുതലാണ്. അത് അവനവനും മറ്റുള്ളവർക്കും ഒരുപോലെ ദോഷമാണ്.

"ഹാവൂ! രക്ഷപ്പെട്ടു"

കാടിനു നടുവിലൂടെ ഒഴുകുന്ന കൈത്തോടിന്റെ അരികിൽ പുല്ലുമേഞ്ഞു നടക്കുകയായിരുന്നു പിങ്കിമാൻ,

തോടിനക്കരെ കൂടുതൽ നല്ല പുല്ലു വിളഞ്ഞു കിടക്കുന്നത് അവൾ കാണാറുണ്ട്,

താഴ്ചയേറിയ തോടു കടന്ന് അപ്പുറത്തുപോകാൻ കഴിയില്ലല്ലോ. സാധാരണ അവൾ ആ അരുവിയിൽനിന്ന് വെള്ളം പോലും കുടിക്കാറില്ല,

എന്തോ പെട്ടെന്ന് വല്ലാത്ത ദാഹം തോന്നി. പിങ്കി മുട്ടു കുത്തിനിന്ന് തലതാഴ്ത്തി നിറഞ്ഞുകിടക്കുന്ന തോട്ടിൽ നിന്നു വെള്ളം കുടിക്കാൻ തുടങ്ങി.

തേൻ പോലെ രുചിയുള്ള വെള്ളം,
ആഹാ കുടിച്ചിട്ടു മതിയായില്ല.
ഇത്രനാളെന്തേ കുടിച്ചതില്ലാ
ഇത്ര മധുരിക്കും
വെള്ളമയ്യാ?

പിങ്കി തന്നത്താൻ പറഞ്ഞു.

"ഹോ ! ഇത്ര രുചിയുള്ള വെള്ളം ഇത്രയും നാൾ കുടിക്കാൻ സാധിച്ചില്ല. എത്ര വലിയ മണ്ടത്തരമാണ് ചെയ്തത്."

"അതെയതെ ഇത്ര രുചിയുള്ള ഭക്ഷണം ഇത്രനാൾ ഞാനും

കഴിച്ചിട്ടില്ല, ഇന്നാണതിന് യോഗം,"

എന്നുപറഞ്ഞ് തൊട്ടുപുറകിലതാ ഉറക്കെ പൊട്ടിച്ചിരിക്കുന്നു ചീരൻ ചെന്നായ!

ഇളമാൻ കിടാവേ നില്ലു നില്ല്,
ഇവനു വിശപ്പകറ്റാൻ വേഗം വരൂ,
രുചിയുള്ള മാനിനെത്തിന്നിടുവാൻ
കൊതിയോടെ ഞാനിതാ കാത്തിരിപ്പൂ.

താൻ അപകടത്തിലായെന്ന് മനസ്സിലാക്കിയ പിങ്കി മുന്നോട്ട് കുതിക്കാൻ ശ്രമിച്ചപ്പോൾ മുമ്പിലതാ വലിയ ജലാശയം!

പിന്നിൽ കണ്ണുതുറപ്പിച്ചു
നാവും നുണഞ്ഞുകൊണ്ട് ചെന്നായയും...
ശരിക്കും ചെകുത്താനും കടലിനും ഇടയിൽപ്പെട്ട അവസ്ഥ!
രണ്ടും കല്പിച്ച് അവൾ അരുവിയിലേക്ക് ചാടി
അവിടെയതാ ഉണ്ടക്കണ്ണുതുറുപ്പിച്ച് കൂറ്റനൊരു മുതല!

തൊട്ടപ്പുറത്ത് മറ്റൊരു മുതലയും. ചങ്ങാടം പോലെ രണ്ടു മുതലകൾ ചേർന്നുകിടക്കുന്നു....

ഇതൊന്നുമറിയാതെ പിങ്കി,അവയ്ക്കു മുകളിലൂടെ ചാടിച്ചാടി അപ്പുറത്തുകടന്നു കുതിച്ചു പാഞ്ഞു.

മുതലകൾ വെള്ളത്തിൽനിന്നു പൊന്തി വന്നപ്പോൾ കാണുന്നത് കുറുക്കനെയാണ്. മുതലകളെക്കണ്ട് കുറുക്കൻ ജീവനുംകൊണ്ടോടി.

"ഹാവൂ! രക്ഷപ്പെട്ടു."

ജീവൻ തിരിച്ചുകിട്ടിയ സന്തോഷത്തിൽ താനാഗ്രഹിച്ച ഇളം പുല്ലുതിന്നാനായ് പിങ്കിയും മുന്നോട്ടുനടന്നു.

കൂട്ടുകാരാണ് ശക്തി

ചാരൻ എന്നുപേരായ ഒരു മലയണ്ണാൻ ആരോടും കൂട്ടുകൂടാതെ കഴിഞ്ഞുപോന്നു. മറ്റണ്ണാന്മാർ ഇടയ്ക്ക് അവനെ വിളിക്കും.

ചാരക്കുട്ടാ ചങ്ങാതീ
ചാടി നടക്കും നേരത്ത്
പോരുന്നുണ്ടോ നീ കൂടെ
കാടു കറങ്ങി നടന്നീടാം

“കൂട്ടുകാരാ, വരു നമുക്ക് ഈ കാട് ചുറ്റിക്കറങ്ങാൻ പോയാലോ”

“ഞാനില്ല ഞാനില്ല
കൂട്ടുകാരേ
കാടുകറങ്ങി നടന്നിടുവാൻ
നേരമില്ലൊട്ടുമേ
നേരമില്ല
പോകു സമയം കളഞ്ഞിടാതെ.

“എനിക്ക് നേരമില്ല നിങ്ങൾ പൊക്കോ ഞാൻ വരുന്നില്ല.”

എന്നുപറഞ്ഞ് അവൻ അവരെ പറഞ്ഞുവിട്ടു.

താൻ വസിക്കുന്ന മരത്തിലെ പഴങ്ങൾ കേടുവന്നാൽ പോലും അവൻ മറ്റൊരാൾക്ക് കൊടുക്കില്ല. മാനുകളും

മുയലുകളും കൊതിയോടെ താഴെവന്ന് അപേക്ഷിച്ചാലും ചാരൻ കേൾക്കില്ല.

അങ്ങനെയിരിക്കെ
വിശന്നു വലഞ്ഞ ഒരു വരയാട്,
ചാരൻ വസിക്കുന്ന മരത്തിനു താഴെയെത്തി
അണ്ണാൻ കുഞ്ഞേ ചങ്ങാതി
മാമ്പഴമൊന്നു തരാമോ നീ
മധുരക്കനികൾ തിന്നീടാൻ
കൊതിയാവുന്നു തരുമോ നീ.

"ചങ്ങാതീ കൊതി മാത്രമല്ല വിശപ്പും സഹിക്കാൻ വയ്യ ഒരു മാമ്പഴം തരൂ."

ചാരൻ അവനെ ചീത്ത പറഞ്ഞ് ഓടിക്കാൻ നോക്കി.

വരയാട് പോയില്ല അവൻ നിരന്തരം ചാരനെ ഓരോന്ന് പറഞ്ഞു ശല്യപ്പെടുത്തി.

ദേഷ്യം വന്ന് ചാരൻ ഒരു മാമ്പഴം വച്ച് ഒരൊറ്റയേറ് കൃത്യം ആട്ടിൻ കുഞ്ഞിനുമേൽ പതിച്ചു

ഏറുകൊണ്ടെങ്കിലും കിട്ടിയത് മാമ്പഴമല്ലേ അവൻ സന്തോഷത്തോടെ ആ മാമ്പഴം കടിച്ചു ചവച്ചു തിന്നു.

"നീ എത്ര നല്ലവനാണ്. രുചിയുള്ള മാമ്പഴം എനിക്ക് തന്നല്ലോ. നിനക്ക് നല്ലത് വരും."

വരയാട് സന്തോഷത്തോടെ പറഞ്ഞു.

ചാരന് അത്ഭുതമായി! അബദ്ധത്തിൽ വലിച്ചെറിഞ്ഞ മാമ്പഴം കിട്ടിയപ്പോൾ ഇത്ര സന്തോഷമാണെങ്കിൽ സ്നേഹ ത്തോടെ കൊടുത്താലോ? എന്തായിരിക്കും സ്ഥിതി?

അവൻ പഴുത്തതു നോക്കി ഒരു മാമ്പഴം കൂടി താഴോട്ടിട്ടു.

ആട്ടിൻ കുഞ്ഞ് ഓടിയെത്തി അതും തിന്നു.

"ഈ ഉപകാരം ഞാൻ ഒരിക്കലും മറക്കില്ല. നീ എത്ര നല്ലവനാണ്."

സ്നേഹപൂർവ്വമുള്ള ഈ വാക്കുകൾ ചാരനെ സന്തോഷി പ്പിച്ചു. അവനു മനസ്സിലായി ചെറിയ ചെറിയ നന്മകൾ പോലും മറ്റുള്ളവരുടെ മനസ്സിൽ വലിയ സ്ഥാനം നേടിത്തരും.

അവൻ സ്വാർത്ഥത ഉപേക്ഷിച്ച് തനിക്കരികിൽവരുന്നവർക്കെല്ലാം ധാരാളം പഴങ്ങൾ പറിച്ചുകൊടുത്തു,

അവരെല്ലാം ചാരനോടു സ്നേഹവും നന്ദിയും കടപ്പാടുമുള്ള കൂട്ടുകാരായി മാറി. ഇപ്പോൾ ആ വനത്തിൽ ഏറ്റവുമധികം കൂട്ടുകാരുള്ളത് ചാരനാണ്.

മരങ്ങൾ മാറി മാറി നടന്നു മധുര ഫലങ്ങൾ അവർക്ക് പറിച്ചു കൊടുക്കുന്ന കൂട്ടുകാരനെ അവർക്ക് ജീവനാണ്.

നന്മ ചെയ്യാനുള്ള ഒരവസരവും പാഴാക്കരുത്.

വിശ്വസ്തനായ മന്ത്രി

ചില്ലാരിക്കാടിന്റെ രാജാവായ ഗർജ്ജൻ സിംഹത്തിന്റെ മന്ത്രിമാരായിരുന്നു, ചീരൻ ചെന്നായ, കോരൻകടുവ, സൂത്രൻ കുറുക്കൻ, എന്നിവർ.

മൂന്നുപേരുംകൂടി ഒരുദിവസം രാജാവറിയാതെ ഒരു കാട്ടുപോത്തിനെ വേട്ടയാടി.

വിവരമറിഞ്ഞ ഗർജ്ജൻ മന്ത്രിമാരെ വിളിച്ചു ചോദിച്ചു:

"നമ്മുടെ അനുവാദമില്ലാതെ വേട്ടയാടാൻ നിങ്ങൾക്കെ ങ്ങനെ ധൈര്യം വന്നു?"

കോരൻ പറഞ്ഞു:

"മഹാരാജൻ, കാട്ടിലെ നിയമം തെറ്റിച്ച് ജലാശയം കലക്കിയ കാട്ടുപോത്തിനെ ഞങ്ങൾ താക്കീത് ചെയ്തു. അവൻ അനുസരിച്ചില്ല, നിയമം നടപ്പിലാക്കാൻവേണ്ടി നടത്തിയ മൽപ്പിടുത്തത്തിലാണ് പോത്ത് കൊല്ലപ്പെട്ടത്."

ചീരനും അത് ശരിവെച്ചു.

രാജാവ് സൂത്രനെ വിളിച്ചു ചോദ്യം ചെയ്തു,

"മഹാരാജൻ, വിശപ്പു സഹിക്കാൻ വയ്യാത്തതുകൊണ്ട് ഞാനാണ് കാട്ടുപോത്തിനെ വേട്ടയാടാൻ പുറപ്പെട്ടത്. ഒടുവിൽ അപകടം പറ്റുന്ന സ്ഥിതി വന്നപ്പോൾ കൂട്ടുകാർ എന്നെ രക്ഷിച്ചതാണ്. അങ്ങനെയാണ് പോത്ത് കൊല്ലപ്പെട്ടത്.

അവർ നിരപരാധികളാണ് എന്നെ ശിക്ഷിച്ചോളൂ."

സൂത്രൻ രാജാവിന്റെ മുന്നിൽ തല കുനിച്ചുനിന്നു....

"നിങ്ങൾ പറഞ്ഞ കഥകളൊന്നും എനിക്ക് വിശ്വാസമായിട്ടില്ല. എങ്കിലും സൂത്രനോട് ബഹുമാനം തോന്നുന്നു.

തെറ്റ് തിരിച്ചറിഞ്ഞ് സ്വയം ശിക്ഷ ഏറ്റുവാങ്ങാനും കൂട്ടുകാരെ രക്ഷിക്കാനുമുള്ള വലിയമനസ്സ് കാണാതിരിക്കാൻ വയ്യ.

സത്യസന്ധനായ നിന്നെ നാം പ്രധാനമന്ത്രിയായി നിയമിച്ചിരിക്കുന്നു. കള്ളം പറഞ്ഞ് രക്ഷനേടാൻ ശ്രമിച്ച മറ്റു രണ്ടുപേരും മന്ത്രിമാരായിരിക്കാൻ യോഗ്യരല്ല, കൺമുമ്പിൽ കണ്ടുപോകരുത് കടന്നുപോകൂ."

എന്നുപറഞ്ഞ് സിംഹം അവരെ ഓടിച്ചു.

"സൂത്രൻ ഇനി എന്നും എന്നോടൊപ്പം ഉണ്ടാവണം. ചതിയന്മാരായ നിരവധി സഹായികളെക്കാൾ വിശ്വസ്തനായ ഒരാളെയാണ് നമുക്കാവശ്യം."

സ്നേഹമഴ

കാട്ടിൽ വലിയ വരൾച്ച വന്നു. പുല്ലും ചെറിയ ചെടികളുമെല്ലാം കരിഞ്ഞുണങ്ങി. മാനുകളും മുയലുകളുമാണ് കൂടുതൽ കഷ്ടത്തിലായത്. അവ തീറ്റതേടി വലിയ മരങ്ങളുടെ ചുവട്ടിൽ എത്തി. താഴെ വീണു കിടക്കുന്ന പഴങ്ങൾ തിന്നു. പക്ഷേ, എല്ലാവർക്കും വിശപ്പടക്കാനുള്ളവ ഉണ്ടായിരുന്നില്ല.

അവർ മരക്കൊമ്പിലിരുന്ന അണ്ണാന്മാരോട് സഹായം തേടി.

അണ്ണാറക്കണ്ണന്മാരേ
തൊണ്ണൂറു മൂക്കന്മാരേ
ചക്കര മാമ്പഴങ്ങൾ താഴേക്കു വീഴ്ത്തിടണേ

അണ്ണാന്മാർ കേട്ട ഭാവം നടിച്ചില്ല.

അവർ കിളികളോടും
കുരങ്ങന്മാരോടുമെല്ലാം മാറിമാറി സഹായം ചോദിച്ചു.

കുട്ടിക്കുരങ്ങന്മാരേ,
ചക്കപ്പഴം തരുമോ?
മാമ്പഴം തേൻപഴം പേരക്കയും
താഴോട്ടെറിഞ്ഞിടാമോ?

പഴങ്ങളെല്ലാം ഒന്നിച്ചു താഴോട്ടിട്ടാൽ തങ്ങൾ പട്ടിണിയാവുമെന്ന വാദമാണ് അവർ ഉയർത്തിയത്.

വീഴും പഴമതു തിന്നോളൂ

വീഴ്ത്തീടില്ല പഴം ഞങ്ങൾ
നാളേക്കുള്ളതു തന്നീടിൽ
ഞങ്ങൾ പട്ടിണിയാവില്ലേ?

സഹായിക്കാനാരുമില്ലാതെ സങ്കടപ്പെട്ട് നില്ക്കുന്ന സമയത്ത് വലിയൊരു കാറ്റുവീശി.

ശക്തിയായ മഴ പെയ്തു.

ഒന്നിനു പിറകെ ഒന്നായി മാമ്പഴവും പഴുത്തപേരയ്ക്കയും ചക്കപ്പഴവും താഴോട്ട് വീണു.

മാനുകളും മുയലുകളും സന്തോഷത്തോടെ
അവയെല്ലാം തിന്നു.

രണ്ടുമൂന്നുദിവസം കാറ്റും മഴയും ഉണ്ടായി.

കുറച്ചു ദിവസത്തേക്ക് അവർക്കുള്ള ആഹാരം മരച്ചുവട്ടിൽ നിന്നു തന്നെ കിട്ടി.

പുതുമഴ പെയ്തപ്പോൾ പുല്ലുകൾ ധാരാളമായി മുളച്ചു പൊന്തി.

അവർ കൂടുതൽ സന്തോഷിച്ചു.

മറ്റാരും സഹായിച്ചില്ലെങ്കിലും പ്രകൃതി തങ്ങളെ സഹായിക്കാൻ ഉണ്ടാകുമെന്ന സന്തോഷത്തിൽ സാധു ജീവികൾ തുള്ളിച്ചാടി.

കണ്ടൻസ് റസ്റ്റോറന്റ്

വനത്തിൽ പുതിയതായി ആരംഭിച്ച ചായക്കടയാണ് കണ്ടൻസ് റസ്റ്റോറന്റ്.

കണ്ടൻ കാട്ടുപോത്ത് നടത്തുന്ന സ്ഥാപനത്തിൽ രുചികരമായ ഭക്ഷണം വൃത്തിയായി വിളമ്പുന്നതിനാൽ, വളരെ വേഗം അവിടെ തിരക്കേറി.

ഇഡ്ഡലി ദോശയും ചമ്മന്തിയും, പുട്ടും കടലയും, വെള്ളയപ്പം.

കാപ്പിയും ചായയും വേണ്ടുവോളം, വാങ്ങിക്കഴിക്കാൻ വരിക വേണം.

ഭക്ഷണം കഴിച്ച മൃഗങ്ങൾ ഇതുപോലെ പാട്ടുകൾപാടി ഹോട്ടലിന് പ്രശസ്തി നല്കി.

അതിനിടെ ചിലർ ആവശ്യപ്പെട്ടു 'ചേട്ടാ ഉച്ചയൂണുകൂടി തുടങ്ങണം, പത്തോ ഇരുനൂറോ ഊണ് ചെലവാക്കാൻ യാതൊരു വിഷമവും ഉണ്ടാവില്ല.

കുത്തരിച്ചോറും കറിയും വേണം
പപ്പടമുപ്പേരി മാങ്ങാക്കറി
കാളനുമോലനെരിശ്ശേരിയും.
കൂട്ടത്തിൽ നല്ലൊരു പായസവും
ഇങ്ങനെ ഒരു സദ്യതന്നെ തരണം വില പ്രശ്നമല്ല.

അങ്ങനെ മറ്റുള്ളവരുടെ നിർബ്ബന്ധത്തിനു വഴങ്ങി, കണ്ടൻ

ഊണ് നല്കാൻ തീരുമാനിച്ചു. കണ്ടന്റെ ശിങ്കിടികൾ പരസ്യവും നല്കി.

വയറു നിറയെ ചോറ്
കറികളാറു കൂട്ടം,
വിലയോ വളരെ കുറവ്,
വരുവിൻ നിങ്ങൾ വേഗം.

ഊണ് തയ്യാർ എന്ന ബോർഡ് കൃത്യം പന്ത്രണ്ടു മണിക്ക് തൂക്കി.

കൃത്യസമയത്ത് തന്നെ ചിണ്ടൻ കലമാൻ ഊണു കഴിക്കാനെത്തി. “ഞങ്ങൾ രണ്ടുപേരുണ്ട്. വയറുനിറയെ ഊണ് തരണം. പിന്നെ തർക്കത്തിന് ഇടവരരുത്. ഇതാപണം മുൻകൂറായി തന്നേക്കാം.” ചിണ്ടൻ പൈസ കൊടുത്തു. പൈസ വാങ്ങിയശേഷം കണ്ടൻ ചോദിച്ചു. “എവിടെ മറ്റേയാൾ?”

“ദാ വരുന്നു... എന്റെ കൂട്ടുകാരൻ, കുഞ്ഞിക്കണ്ണൻ.” നോക്കുമ്പോഴതാ കുലുങ്ങിക്കുലുങ്ങി നടന്നുവരികയാണ് കണ്ണൻ ആന.

പണിപാളിയെന്ന് കണ്ടന് മനസ്സിലായി.

മേശയും കസേരയുമൊന്നും വലിപ്പം മതിയാവില്ല അതുകൊണ്ട് നിലത്ത് ചടഞ്ഞിരുന്നു കുഞ്ഞിക്കണ്ണൻ.

തൊട്ടരികിൽ ചിണ്ടനും.

വലിയ കുട്ടകംനിറയെ ചോറ് മുന്നിലെത്തി നിമിഷനേരം കൊണ്ട്, പാത്രങ്ങൾ ഒന്നൊന്നായി കാലിയായി.

പപ്പടവും പഴവും പായസവും, ഒറ്റവലിക്ക് കുഞ്ഞിക്കണ്ണൻ അകത്താക്കി.

കൈനീട്ടം ഗംഭീരമായി.

ആദ്യ വില്പനയിൽത്തന്നെ അടുക്കള കാലിയായി.

രാവിലെ ഉണ്ടാക്കിയതിൽ കാര്യമായൊന്നും ബാക്കിയില്ല. ഉള്ളത് പെറുക്കി അതും കണ്ണനു സമർപ്പിച്ചു.

പിറ്റേദിവസം ഹോട്ടലിന് മുന്നിൽ ബോർഡ് പ്രത്യക്ഷപ്പെട്ടു ഈ ഹോട്ടലിൽ ഇനിമുതൽ ഊണ് ഉണ്ടായിരിക്കുന്നതല്ല.

മനസ്സിന്റെ മധുരം

ചിന്നുക്കാക്കയും മിന്നുത്തത്തയും അടുത്തടുത്ത, മരങ്ങളിലാണ് താമസം.

സൗന്ദര്യത്തിൽ അഹങ്കരിച്ചിരുന്ന, മിന്നു എപ്പോഴും ചിന്നുവിനെ കളിയാക്കും.

കള്ളിക്കാക്ക കറുമ്പിക്കാക്ക,
കാണാനൊട്ടും ചേലില്ല,
എന്നെപ്പോലൊരു സുന്ദരിവേറെ,
ഇല്ലെന്നറിയുക

എന്നൊക്കെ പറഞ്ഞ് അവൾ ചിന്നുവിനെ പരിഹസിക്കും.

പുതുവർഷം പിറന്നപ്പോൾ ചിന്നു കേക്കുണ്ടാക്കാൻ തീരുമാനിച്ചു. ഇതറിഞ്ഞ മിന്നു അവളെ വീണ്ടും കളിയാക്കി.

എന്നിട്ട് വാശിയോടെ മിന്നുവും കേക്കുണ്ടാക്കാൻ തീരുമാനിച്ചു.

അവർ രണ്ടുപേരും. കേക്ക് ഉണ്ടാക്കി.

ചിന്നുവിന്റെ കേക്ക് കണ്ട് മിന്നു പറഞ്ഞു.

അയ്യേ അയ്യേ അയ്യയ്യേ!
എന്തിനു കൊള്ളാം നിൻ കേക്ക്?
നിന്നെപ്പോലെകരിഞ്ഞല്ലോ,
നിന്നുടെ കേക്കു കരിഞ്ഞല്ലോ!

"നിന്റെ രൂപം തന്നെയാണ് കേക്കിനും, കരിഞ്ഞിരിക്കുന്ന കേക്ക് എന്തിനു കൊള്ളാം?

നോക്ക് ഞാനുണ്ടാക്കിയത് നല്ല പഞ്ഞിപോലെ വെളുത്ത് മൃദുവായിരിക്കുന്നു."

ആ സമയത്ത് അവരുടെ കൂട്ടുകാരായ മറ്റുകിളികളും അവിടെയെത്തി.....

മിന്നു ആവേശത്തോടെ തന്റെ കേക്ക് മുറിച്ച് കൂട്ടുകാർക്ക് നല്കി.

ചിന്നു താനുണ്ടാക്കിയ കേക്ക് മടിച്ചുമടിച്ച് അവർക്ക് കൊടുത്തു.

രണ്ട് കേക്കുകളും

രുചി നോക്കിയശേഷം

കൂട്ടത്തിൽ അല്പം ഗൗരവക്കാരിയായ,

മിങ്കി മരംകൊത്തി ഉറക്കെ പ്രഖ്യാപിച്ചു.

"കാഴ്ചയിൽ വലിയ ചന്തം തോന്നുന്നില്ലെങ്കിലും ചിന്നുവിന്റെ കേക്കിന് എന്തൊരു രുചിയാണ്.

മിന്നുവിന്റെ കേക്ക് വായിൽ വയ്ക്കാൻ കൊള്ളില്ല." മറ്റുകിളികളും അതു ശരിവെച്ചു.

മിന്നു രണ്ട് കേക്കുകഷണങ്ങളും തിന്നു നോക്കി. അവളുടെ തല താണു.

അഹങ്കാരം വെടിഞ്ഞ് മിന്നു പറഞ്ഞു

"കൂട്ടുകാരേ ചിന്നു ഉണ്ടാക്കിയ കേക്കിന് നല്ല രുചിയുണ്ട്. ആ മനസ്സിലെ സ്നേഹത്തിന്റെ മധുരവും മാർദ്ദവവുമാണത്.

നിറത്തിലും സൗന്ദര്യത്തിലും ഒരു കാര്യവുമില്ല എന്ന് എനിക്ക് മനസ്സിലായി.

കൂട്ടുകാരീ, നീ എന്നോട് ക്ഷമിക്കണം."

എന്നുപറഞ്ഞ് മിന്നു തന്റെ ചുവന്ന ചുണ്ടുകൾകൊണ്ട് ചിന്നുവിന്റെ ചിറകിൽ തലോടി.

അഴകിനും നിറത്തിനുമല്ല, സ്നേഹത്തിനും സൗഹൃദ ത്തിനുമാണ് മഹത്ത്വം......

കാട്ടിലെ ക്രിസ്മസ് മാമാങ്കം

കാട്ടിലും ക്രിസ്മസ് ആഘോഷങ്ങൾ, നടത്താൻ കൂട്ടുകാർ തീരുമാനിച്ചു.

പിങ്കുമാൻ, ടുട്ടു മുയൽ, ചിക്കു അണ്ണാൻ, മിന്നിത്തത്ത, റൂബിക്കുയിൽ, പീക്കു മയിൽ എന്നിവർക്കൊപ്പം മിന്നാമിനുങ്ങുകളും ചേർന്നു,

നക്ഷത്ര ആകൃതിയിൽ കൂട്ടം ചേർന്ന് മിന്നാമിനുങ്ങുകൾ മുന്നിൽ പറക്കും, റൂബിയും മിന്നിയും ചേർന്ന് കരോൾ ഗാനങ്ങൾ പാടും.. ചിക്കുവും, ടുട്ടുവും താളം പിടിക്കും,

പീക്കു, പിങ്കു എന്നിവർ നൃത്തം വയ്ക്കും. അങ്ങനെ അവർ ഓരോ മൃഗങ്ങളുടെയും അടുത്തുചെന്ന് ക്രിസ്മസ് ഗാനങ്ങൾ പാടി നൃത്തം വയ്ക്കും. ടുട്ടുവും ചിക്കുവും കൊട്ടുന്ന താളത്തിൽ പാട്ടുപാടി നൃത്തം വയ്ക്കുന്നത് കാണാൻ നല്ല രസമാണ്.

ചെല്ലുന്ന സ്ഥലങ്ങളിൽ നിന്നെല്ലാം, പഴങ്ങളും തേനും കായ്കനികളും എല്ലാമെല്ലാം ഇഷ്ടം പോലെ കിട്ടും.

ക്രിസ്മസിന്റെ തലേദിവസം ആവേശകരമായ കരോൾ ഗാനം പാടിക്കൊണ്ട് കൂട്ടുകാർ റോന്തുചുറ്റി. അന്ന് ചിക്കു മാത്രം വന്നില്ല ചിക്കുവിന്റെ കൂട്ടുകാരി ചിന്നു ഒരു പൊന്നോമനയെ നല്കുന്നത് കാത്തിരിക്കുകയായിരുന്നു ചിക്കു..... അർദ്ധ രാത്രിയിലാണ് ചിന്നു ഓമനപ്പൈതലിന് ജന്മം നല്കിയത്.....

പിറന്നുവീണ കുഞ്ഞിന് അനക്കമില്ല.....

ചിന്നു ഉറക്കെ നിലവിളിച്ചു. ചിക്കുവിനും വല്ലാത്ത സങ്കടമായി. ആ സമയത്താണ് കരോൾ ഗായകസംഘം അവിടെ വന്നത്,

കൂട്ടുകാരന് കുഞ്ഞു പിറന്ന സന്തോഷത്തിൽ, വിവരങ്ങളൊന്നും അറിയാത്ത അവർ ഉറക്കെ പാട്ടുപാടി നൃത്തം വെച്ചു,

ഉണ്ണിപിറന്നേ പൊന്നുണ്ണിപിറന്നേ,
ആനന്ദനൃത്തം ചവിട്ടിപ്പാടാം,
ആരോമലുണ്ണിയെ വാഴ്ത്തിപ്പാടാം,
വേഗം വരൂ നിങ്ങൾ കൂട്ടുകാരേ

അത്ഭുതമെന്നു പറയട്ടെ കൊട്ടും പാട്ടും മേളവും കേട്ട് കുഞ്ഞ് കണ്ണുതുറന്നു......

ചിക്കുവിനും ചിന്നുവിനും വലിയ സന്തോഷമായി. അവർ പൊന്നുമോനെ വാരിയെടുത്ത് ഉമ്മ നല്കി ഉണ്ണിക്കുട്ടാ എന്നുറക്കെ. വിളിച്ചു. കൂട്ടുകാർക്ക് മധുരമുള്ള പഴങ്ങളും കായ്കളും തിന്നാൻ കൊടുത്തു. മിന്നാമിനുങ്ങുകൾ കുഞ്ഞിനു ചുറ്റും വെളിച്ചം വിതറിക്കൊണ്ട് വട്ടമിട്ടു പറന്നു.......

നന്മയുള്ളവർക്ക് എന്നും നല്ലതേ വരൂ.

ചോട്ടുവും മീട്ടുവും

പങ്കി പൂച്ചമ്മയുടെ മക്കളാണ് ചോട്ടുവും മീട്ടുവും. രണ്ടുപേരും ഏതുസമയവും കടിപിടിയാണ്. തമ്മിൽ കടി കൂടി കുറച്ചുകഴിയുമ്പോൾ അമ്മ അവരെ വിളിച്ചു പറയും

ചോട്ടുക്കുട്ടാ പൊന്നുമോനേ
മീട്ടുവിനോടു നീ
കൂട്ടുകൂടൂ
കൂടപ്പിറപ്പുകൾ തമ്മിൽത്തമ്മിൽ
കൂടിക്കഴിയണം,
കൂട്ടുകാരായ്

"മക്കളേ കൂടെപ്പിറപ്പുകൾ തമ്മിൽ പിണങ്ങരുത്. നിങ്ങൾ എന്നും കൂട്ടുകൂടി വേണം നടക്കാൻ."

അമ്മയുടെ വാക്ക് കേട്ട്
വഴക്ക് മാറി
അവർ വീണ്ടും കൂട്ടാകും
ഇത് നിത്യസംഭവമാണ്.
ഒരുദിവസം
അമ്മ സ്ഥലത്തില്ലായിരുന്നു
വഴക്ക് കുറച്ചുകൂടി ശക്തിയായി,

അടിപിടിയും കടിയും മാന്തുമായി അവർ വല്ലാതെ ലഹള കൂടി.

വഴക്ക് മൂത്ത് നില്ക്കുന്ന സമയത്ത് ചീനുപ്പൂച്ച അവിടെയെത്തി.

രണ്ട് സഹോദരങ്ങളെയും പിടിച്ചകറ്റി വഴക്ക് തീർക്കാൻ ശ്രമിച്ചു.

കുഞ്ഞുങ്ങളേ നിങ്ങൾ
തമ്മിൽ തമ്മിൽ
തല്ലി തലകീറാൻ നോക്കിടല്ലേ
അമ്മവരുമ്പോൾ രണ്ടുപേർക്കും
നല്ല പെട കിട്ടും സൂക്ഷിക്കണേ

“മക്കളേ വെറുതെ വഴക്ക് കൂടരുത് അമ്മ വന്നാൽ നല്ല അടി കിട്ടും” എന്നുപറഞ്ഞ് അവരെ രണ്ടുവശത്തേക്കും ബലമായി പിടിച്ചു മാറ്റി. അപ്പോൾ മീട്ടു പറഞ്ഞു

മണ്ടച്ചാരാം
ചീനുച്ചേട്ടാ
ഞങ്ങൾ തമ്മിൽ തല്ലുമ്പോൾ
വേണ്ട വരണ്ട വേറാരും
തമ്മിൽത്തല്ലി തീർത്തോളാം

ചോട്ടു അതേറ്റുപാടി,

പുറമേനിന്നും ഒരാൾ വന്നപ്പോൾ അവരുടെ വഴക്കെല്ലാം മാറി...

അവർ രണ്ടും ഒന്നായി.....

എന്നിട്ട് രണ്ടാളും കൂടി ചീനുവിന്റെ മേൽ ചാടി വീണു...

അടിയും ഇടിയും കടിയും മാന്തുംകൊണ്ട് പാവം ഒരു പരുവമായി. അനാവശ്യമായ കാര്യങ്ങളിൽ തലയിടുന്നവർക്ക് ഇതാണ് ഫലം......

ചിങ്കനും പങ്കനും

മഹാവികൃതികളായ എലിക്കുട്ടന്മാരാണ്,

ചിങ്കനും പങ്കനും.

വാസുക്കുട്ടന്റെ മരച്ചീനിത്തോട്ടത്തിനു സമീപത്തുള്ള ഒരു പൊത്തിലാണ് അവരുടെ താമസം. ഇടയ്ക്കിടെ തോട്ടത്തിൽ പോയി മരച്ചീനി മാന്തിത്തിന്നുകയാണ് അവരുടെ പണി.

എലിശല്യം കൂടിയപ്പോൾ വാസൂട്ടൻ കെണിവച്ചു.

ചായക്കടയിൽനിന്നും വാങ്ങിയ ഒരു ബോണ്ടയിൽ എലിവിഷം വയ്ക്കുകയാണ് ആദ്യം ചെയ്തത്... ഭാഗ്യത്തിന് അവരത് തിന്നില്ല.

അടുത്തതായി എലിയെ വീഴ്ത്തുന്ന കെണിവച്ചു. കെണിയിൽ, ചുട്ട തേങ്ങയാണ് വച്ചത്. ഇത് കണ്ടപ്പോൾ ബുദ്ധിമാനായ ചിങ്കൻ പറഞ്ഞു. “ഇത് കെണിയാണ്. വേണ്ട. അപകടത്തിൽ ചെന്ന് ചാടരുത്.....”

“ഓ പിന്നെ കെണിയൊന്നുമല്ല നല്ല ഒന്നാന്തരം തേങ്ങ.

നിനക്കു വേണ്ടെങ്കിൽ വേണ്ട ഞാൻ തിന്നോളാം...”

അവൻ ഓടിച്ചെന്ന് തേങ്ങ കടിച്ചെടുത്ത് തിരിഞ്ഞോടാൻ നോക്കി. പെട്ടെന്ന് കെണി വീണു, പങ്കന്റെ വാല് കെണിയിൽപ്പെട്ടു...... അവൻ ഉറക്കെ കരഞ്ഞു. ശബ്ദം കേട്ട് ചിങ്കൻ ഓടിയെ

ത്തി.... ചിങ്കൻ പങ്കനെ കെണിയിൽനിന്നും രക്ഷിക്കാൻ വേണ്ടി ബലംപ്രയോഗിച്ച് വലിച്ചു.... കഷ്ടം....

പങ്കന്റെ വാല് പകുതിവെച്ച് മുറിഞ്ഞുപോയി.....

മറ്റുള്ളവരുടെ മുതൽ മോഷ്ടിച്ചതുകൊണ്ടാണ് തനിക്കിങ്ങനെ സംഭവിച്ചതെന്ന് അവനു ബോദ്ധ്യമായി.

കല്യാണലഹള

ചേന്നൻ പൂച്ചയുടെ മൂത്ത മോളാണ് കുറിഞ്ഞി...

സുന്ദരിയായ അവൾക്ക് കല്യാണ പ്രായമായി.....

നാട്ടിൽ ഉള്ള ചെക്കന്മാരെ ഒന്നും കുറിഞ്ഞിക്ക് പിടിച്ചില്ല: ഒടുവിൽ, വരനെ കണ്ടുപിടിച്ചു.

നഗരത്തിൽ താമസിക്കുന്ന കുഞ്ഞിക്കണ്ടൻ.

രാത്രിയാണ് വിവാഹം. നാട്ടിലുള്ള സകല പൂച്ചകളും എത്തിയിട്ടുണ്ട്. ഇത്രയധികം ആളുകളെ ക്ഷണിക്കേണ്ട എന്ന് അമ്മപ്പൂച്ച പറഞ്ഞതാണ്. ചേന്നന് നിർബ്ബന്ധം, നാടടച്ചു വിളിക്കണം, നാട്ടിലുള്ളവർക്ക് ചോറും മീൻ കറിയും. നഗരത്തിൽനിന്ന് വരുന്നവർക്ക് ചിക്കൻ ബിരിയാണി.

മുത്തശ്ശിപ്പൂച്ച പറഞ്ഞു.

"...ചിന്നാ അനാവശ്യ ആഡംബരം വേണ്ട, പന്തിയിൽ പക്ഷഭേദമരുത്.....

രണ്ടു തരത്തിലുള്ള ഭക്ഷണം വിളമ്പൽ വളരെ മോശമാണ്...

കഴിവതും ലളിതമായ രീതിയിൽ, എല്ലാവരേയും ഒരേ രീതിയിൽ പരിഗണിക്കണം."

കടൽത്തീരത്തുനിന്നും കുട്ടക്കണക്കിന് മീനാണ് സദ്യക്കായി എത്തിച്ചത്. കോഴി ഫാമിൽനിന്നും കോഴികളും

എത്തി. വാർത്ത കേട്ട് കൂടുതൽ പൂച്ചകൾ തലേദിവസം തന്നെ എത്തിച്ചേർന്നു.

കൃത്യസമയത്തു തന്നെ കല്യാണച്ചടങ്ങ് നടന്നു പ്രതീക്ഷിച്ചതിലും കൂടുതൽ അതിഥികൾ വന്നപ്പോൾ അവർ വന്ന പ്രധാന ചടങ്ങിന്റെ കാര്യം അവതാളത്തിലായി. അതായത് സദ്യ തികഞ്ഞില്ല.

ആകെ പ്രശ്നമായി.

മാത്രമല്ല രണ്ട് രീതിയിലുള്ള ഭക്ഷണം വിളമ്പൽ തർക്കത്തിനിടയാക്കി........ പൂച്ചകൾ ലഹള കൂട്ടി.

പരസ്പരം കടിയും മാന്തും ലഹളയുമായി...ഒരാൾക്ക് തിന്നാൻ കൊടുത്ത മീൻ തട്ടിപ്പറിച്ച്, അടുത്തയാൾ ഓടുക...

ചിക്കൻ കടിച്ചോടുക തുടങ്ങിയ കലാപരിപാടികൾ അരങ്ങേറി......

അങ്ങനെ കല്യാണമാകെ അലങ്കോലമായി......

മുത്തശ്ശി പറഞ്ഞു: “ഞാൻ പറഞ്ഞില്ലേ, അനാവശ്യമായ ആഡംബരവും പൊങ്ങച്ചവും ഉണ്ടാക്കിയ കുഴപ്പം മനസ്സിലായില്ലേ.”

കാട്ടിലെ പന്തുകളി

കാനന ഒളിമ്പിക്സ് ഫുട്ബോൾമേള ഇത്തവണ അതിരാണിക്കാട്ടിലാണ്. ആവേശകരമായ ഫൈനലിൽ,

ബംബനാന നയിക്കുന്ന ടീം, ഗണ്ടൻ കാട്ടുപോത്തിന്റെ ടീമുമായി ഏറ്റുമുട്ടുന്നു. ഉച്ചയ്ക്ക് ശേഷമാണ് മത്സരം.

മൈതാനത്തിനുചുറ്റും മൃഗങ്ങൾ തടിച്ചുകൂടി. മത്സരം ആരംഭിച്ചു,

എല്ലാ കണ്ണുകളും മൈതാനത്തിൽ ശ്രദ്ധ കൊടുത്തപ്പോൾ, ചില ചതിയന്മാർ മാത്രം തങ്ങളുടെ വേലത്തരങ്ങൾക്ക് വഴിയൊരുക്കി.

സകലതുംമറന്ന് കളികണ്ടുകൊണ്ടിരിക്കുന്ന മുയലുകളുടെ പിന്നിൽച്ചെന്ന് മൂക്കും വായും പൊത്തി കൈക്കലാക്കി ചീരൻ ചെന്നായ.

തൊട്ടടുത്തുനിന്ന മൂന്ന് മുയലുകളെയാണ് കേളൻചെന്നായ കൈക്കലാക്കിയത്.

പെട്ടെന്ന്, ഗജ്ജൻ ആന അടിച്ച കൂറ്റൻ പന്ത്.....മൈതാനവും കടന്ന് മുയലുകളുമായി പതുങ്ങിപ്പതുങ്ങിപ്പോകുന്ന ചീരന്റെ ദേഹത്തു ചെന്നുപതിച്ചു. അവൻ ശക്തിയിൽത്തെറിച്ച് കേളനു മേൽ വീണു.

മുയലുകൾ അവരുടെ കൈകളിൽനിന്ന് തെറിച്ചുപോയി ജീവനുംകൊണ്ടോടിയൊളിച്ചു.

കേളനും ചീരനും എഴുന്നേറ്റ് ദേഹത്തെ പൊടിതട്ടി നിവർന്നുനിന്നപ്പോഴേക്കും, മുയലുകൾ രക്ഷപ്പെട്ടു കഴിഞ്ഞിരുന്നു.

അപ്പോഴും മൈതാനത്തുനിന്ന് ആർപ്പുവിളി ഉയരുന്നുണ്ടായിരുന്നു.

മുയലും കുറുക്കനും പരുന്തും

കിട്ടുക്കുറുക്കൻ രാവിലെ മൂളിപ്പാട്ടുമായി ഇരതേടാനിറങ്ങി. ഞാനാണല്ലോ കിട്ടു, മുയലിനെ വഴിയിൽ കണ്ടാൽ

ഹയ്യട! ഹയ്യട ഹയ്യ!

പിടിച്ചു തിന്നാമല്ലോ

എന്നുപാടിക്കൊണ്ട് അവൻ നടന്നു.

കുറെദൂരം പോയപ്പോൾ കുറ്റിക്കാട്ടിൽ ഒരനക്കം

നോക്കുമ്പോഴുണ്ട് ചോട്ടുമുയൽ

പേടിച്ചൊളിച്ചിരിക്കുന്നു.

അമ്പട! മുയലേ. നീയിവിടെ ഒളിച്ചിരിക്കുകയാണല്ലേ! കിട്ടു മുയലിനെ പെട്ടെന്ന് കൈപ്പിടിയിലൊതുക്കി.

ഇന്നത്തെകാര്യം കുശാലായെന്നുകരുതി മുയലുമായി നടന്നു.

പൊടുന്നനെയാണ് അതു സംഭവിച്ചത്.

ഒരു ചക്കിപ്പരുന്ത്, കുറുക്കന്റെ കൈയിലുള്ള മുയലിനെ റാഞ്ചിയെടുത്ത് പറക്കാൻ ശ്രമിച്ചു. കുറുക്കനുണ്ടോ വിടുന്നു, അവൻ പരുന്തിന്റെ കാലിൽക്കയറി പിടിച്ചു!

സാധാരണയിലും ഭാരമുള്ള വലിയ കുറുക്കനാണ് കിട്ടു. പരുന്തിന്, പറക്കാൻ ബുദ്ധിമുട്ടായി......

പരുന്ത് ചിന്തിച്ചു

ഹോ! എന്തൊരു ഭാരം.

എങ്ങനെയെങ്കിലും ഇവനെ ഒഴിവാക്കണം.

ശക്തിയിൽ കുടഞ്ഞെറിയുക തന്നെ.

കുറുക്കൻ ഒരു കൈകൊണ്ട് മുയലിന്റെ ദേഹത്തും മറുകൈകൊണ്ട് പരുന്തിന്റെ കാലിലും പിടിച്ചു.

പരുന്ത് മുയലിന്റെ ദേഹത്ത് കൂടുതൽ ഇറുക്കിപ്പിടിച്ചു കൊണ്ട് കാൽകുടഞ്ഞു.

പരുന്ത് ശക്തിയായി കാലു കുടഞ്ഞപ്പോൾ കുറുക്കൻ പിടി കൂടുതൽ ബലപ്പെടുത്തി. കൈകൊണ്ട് പരുന്തിന്റെ കാലിൽ കൂട്ടിപ്പിടിച്ചു.

സംഗതി പന്തിയല്ലെന്ന് പരുന്തിനു മനസ്സിലായി.

അത് താഴ്ന്നു പറന്ന് വീണ്ടും കുറുക്കനെ കുടഞ്ഞു വീഴ്ത്താൻ ശ്രമിച്ചു.

ഒടുവിൽ പരുന്തിന്റെ പിടിയയഞ്ഞ്

മുയൽ അകലേക്ക് തെറിച്ചുവീണു........

പരുന്ത് കുറുക്കനെ ഉപേക്ഷിച്ച് മുയലിനു

പിന്നാലെ ചെന്നു

കുറുക്കൻ എതിർവശത്തേക്ക് വീണു.....

മുയൽ ഓടി അടുത്തുകണ്ട പൊത്തിൽ കയറി ഒളിച്ചു. പരുന്തിന് അതിനെ പിടിക്കാൻ കിട്ടിയില്ല.

അവശനായ പരുന്ത് നിരാശനായി പറന്നകന്നു. കുറുക്കൻ ഒരുവിധം എഴുന്നേറ്റു മാളത്തിലേക്ക് മടങ്ങി.

കുറേനേരം കഴിഞ്ഞപ്പോൾ കുറുക്കനും പരുന്തും പോയി എന്ന് ഉറപ്പാക്കിയശേഷം മുയൽ അവിടെനിന്നും ഇറങ്ങി.

ഹോ ഭാഗ്യംകൊണ്ട് രണ്ടു വലിയ ആപത്തുകളിൽനിന്നും രക്ഷനേടി എന്ന് മനസ്സിൽ ഓർത്തുകൊണ്ട് താമസസ്ഥലത്തേക്ക് കുതിച്ചു.

അമ്പമ്പോ എന്തൊരു വലിയമല

മുയൽക്കുട്ടനൊരു സംശയം.

ലോകത്തിലെ ഏറ്റവും വലിയ മല ഏതാണ്?

മുയൽ മാനിനോട് സംശയം ചോദിച്ചു.

മാൻ മുയലിനെയുംകൂട്ടി,

കാട്ടുപോത്തിനരികിലെത്തി..

അവർ ഒന്നിച്ച്,

മലയന്വേഷിച്ച് നടന്നു.

കുറച്ചുദൂരം ചെന്നപ്പോൾ ആനച്ചേട്ടനും അവർക്കൊപ്പംകൂടി പോകും വഴിക്കുകണ്ട പുൽച്ചാടിയോട്, എവിടെയാണ് ഏറ്റവും വലിയ മല എന്ന് ചോദിച്ചു.

തൊട്ടടുത്തുള്ള ഒരു ചിതൽപ്പുറ്റ് കാണിച്ചിട്ട് പുൽച്ചാടി പറഞ്ഞു

ഇതാണ് ഏറ്റവും വലിയ മല.

തീരെ ചെറിയ ജീവിയായ പുൽച്ചാടിക്ക് വലിയമല പോലെയാണ് ചിതൽപ്പുറ്റ് തോന്നുന്നത്.

അവർ വീണ്ടും മുന്നോട്ടുനടന്നു.

വഴിക്കുകണ്ട എലിക്കുട്ടനോട് ചോദ്യം ആവർത്തിച്ചു. എലിക്കുട്ടൻ ദൂരെക്കാണുന്ന കുന്ന് കാട്ടിക്കൊടുത്തിട്ട് പറഞ്ഞു

അമ്പമ്പോ എന്തൊരു വലിയമല,

അക്കാണും മലയാണു കൂറ്റൻമല,
ഇതിലും വലിയൊരു മലയതിനി
ഉലകത്തിലുണ്ടാവുകില്ല തീർച്ച.
ഇതാണ് ലോകത്തിലെ ഏറ്റവും വലിയമല.
മുയൽക്കുട്ടന് അത് സമ്മതമായി.
മറ്റുള്ളവർ അത് കൂട്ടാക്കാതെ മുന്നോട്ടുനടന്നു.

കുറച്ചുകൂടി പോയപ്പോൾ വലിയൊരു മല കണ്ടു. അതാകും ലോകത്തിലെ ഏറ്റവും വലിയമലയെന്ന് മുയലും മാനും ഉറപ്പിച്ചുപറഞ്ഞു......

ആനച്ചേട്ടനും പോത്തച്ചനും അതു സമ്മതിച്ചില്ല.

അവർ വീണ്ടും മുന്നോട്ടു പോയി വളരെദൂരം നടന്നപ്പോൾ നീണ്ടുനിവർന്ന് വിശാലമായ കൂറ്റൻ പർവ്വതം കണ്ടു.

കാട്ടുപോത്ത് ആവേശത്തോടെ പറഞ്ഞു.

"ഇതാ നമ്മൾ ലോകത്തിലെ ഏറ്റവും വലിയ പർവ്വതം കണ്ടെത്തിയിരിക്കുന്നു."

ആന അത് സമ്മതിച്ചില്ല. "ഇതൊക്കെ എത്ര ചെറുത് ഇതിലും വലിയ പർവ്വതങ്ങൾ ഈ പ്രപഞ്ചത്തിൽ ഉണ്ട്."

ദിവസങ്ങൾ സഞ്ചരിച്ച് അവർ ഒടുവിൽ വളരെ വലിയൊരു പർവ്വതത്തിനു സമീപമെത്തി.

ആനച്ചേട്ടന് സന്തോഷമായി.

''ഇപ്പോൾ ലോകത്തെ ഏറ്റവും വലിയ പർവ്വതത്തിനരികിലാണ് നമ്മൾ നില്ക്കുന്നത്."

അതുവഴി പറന്നുവന്ന പരുന്തിനോട് അവർ തങ്ങളുടെ സംശയം പങ്കിട്ടു.

പരുന്ത് പറഞ്ഞു: ''ഇതിന്റെ നാലിരട്ടിവലിപ്പമുള്ള പർവ്വതങ്ങൾ വേറെയുണ്ട് ഈ ലോകത്ത്...

ദിവസങ്ങളോളം പറന്നാൽ ഹിമാലയത്തിലെത്താം. എത്രദിവസം പറന്നാലാണെന്നോ ആ പർവ്വതത്തിന്റെ ഒരറ്റത്തുനിന്നു മറ്റേ അറ്റത്തെത്താൻ കഴിയുക.!?

അതിന്റെ ഉയരമുള്ള കൊടുമുടിക്കുമുകളിൽ പറക്കാൻ എനിക്കുപോലും, എളുപ്പമല്ല.

എന്റെകൂടെപ്പറക്കുന്ന പക്ഷികൾ പറഞ്ഞിട്ടുണ്ട്. അതു പോലെ വലിയ വലിയ പർവ്വതങ്ങൾ ലോകത്തിന്റെ പല ഭാഗത്തും വേറെയുണ്ട്.

കാട്ടിലൂടെ ഒഴുകുന്ന ചെറിയ പുഴയാണ്, നിങ്ങളെ സംബന്ധിച്ച്, ഏറ്റവും വലിയ ജലാശയം.

എന്നാൽ എത്രയോ വിശാലമായ കടലിനു മുകളിലൂടെ ഞാൻ പറക്കാറുണ്ട്."

ആനച്ചേട്ടൻ സമ്മതിച്ചു. "ശരിയാണ്. പ്രാണികൾക്ക് ചെറിയ മൺകൂനകൾ പർവ്വതമായി തോന്നുന്ന പോലെ... ഓരോരുത്തർക്കും അവരവരുടെ വലിപ്പത്തിനനുസരിച്ച് ചുറ്റുമുള്ള വസ്തുക്കളും വളരെ വലുതായും ചെറുതായും തോന്നും. ലോകപരിചയത്തിൽ നിന്നും അറിവുള്ളവരുടെ വാക്കുകളിൽനിന്നും, സ്വന്തം ആലോചനാശേഷികൊണ്ടുമാണ് യഥാർത്ഥവലിപ്പം തിരിച്ചറിയാൻ കഴിയുക.

പലപ്പോഴും, ചെറിയ പ്രദേശത്തുമാത്രം സഞ്ചരിക്കുന്ന നമ്മുടെ അറിവ് എത്രയോ നിസ്സാരമാണ്. പക്ഷേ, പലരുമത് സമ്മതിക്കുന്നില്ല എന്ന് മാത്രം.....

നാം അറിഞ്ഞതിനേക്കാളും എത്രയോ അധികം അറിവുകൾ ഈ ലോകത്ത് ഇനിയും ബാക്കിയുണ്ട്.

സ്നേഹമുള്ള സിമ്പൻ

സിംഹരാജാവിന്റെ പൊന്നോമനപ്പുത്രനാണ് സിമ്പൻ.

വളരെ നല്ലമനസ്സിനുടമയായ അവന് കൂട്ടുകാർ ആരും ഇല്ലായിരുന്നു. ഒരുദിവസം സിമ്പൻ അമ്മയോട് സങ്കടം പറഞ്ഞു

കാട്ടിനുള്ളിൽ കൂട്ടുകൂടി,
പാട്ടുപാടി നടന്നീടാൻ,
കൂട്ടുകാരോടൊപ്പം കൂടാൻ,
കൊതിയാവുന്നമ്മേ,

“അമ്മേ എനിക്ക് ആരും കൂട്ടില്ല. മറ്റുമൃഗങ്ങളെല്ലാം കൂട്ടുകൂടി ക്കളിച്ചുനടക്കുമ്പോൾ ഞാൻമാത്രം ഒറ്റയ്ക്ക് ഗുഹയിൽ ഇരിക്കുകയാണ്.

കാട്ടിലൂടെ നടന്നുപോകുമ്പോൾ മറ്റു മൃഗങ്ങൾ പേടിച്ച്, ഓടിയൊളിക്കും.

എന്തൊരുകഷ്ടമാണിത് ആരെങ്കിലും കൂട്ടുകൂടാനുണ്ടെങ്കിൽ എന്തുരസമായിരിക്കും!”

മകൻ പറയുന്നതുകേട്ട് അമ്മ പറഞ്ഞു,

“മോനേ നീ സിംഹരാജാവിന്റെ പുത്രനാണ്. നാളെ ഈ കാട് ഭരിക്കേണ്ടവൻ. ആ ഭയവും ഭക്തിയും ബഹുമാനവും മറ്റ് മൃഗങ്ങൾക്കുമുണ്ട്.”

“എന്തിനാണമ്മേ, എന്നെ ഭയക്കേണ്ടത്? രാജാവിനോട്

സ്നേഹവും ബഹുമാനവുമല്ലേ വേണ്ടത്."

സിമ്പൻ സങ്കടത്തോടെ പറഞ്ഞു.

"ശരി നമുക്ക് എന്തെങ്കിലും വഴിയുണ്ടാക്കാം."

അമ്മ, സിമ്പനെ കരടിയപ്പൂപ്പന്റെ കളരിയിൽ കൊണ്ടുപോയി വിട്ടു.

രാജകുമാരൻ വന്നപ്പോൾ കരടിയപ്പൂപ്പൻ എഴുന്നേറ്റുനിന്നു വണങ്ങി.

സിംഹറാണിപറഞ്ഞു:

"ആശാൻ കുഞ്ഞിനെ പഠിപ്പിക്കേണ്ട ഗുരുനാഥനാണ്. അങ്ങ് ഇവനെ വണങ്ങേണ്ടതില്ല. ഗുരുവിനെ ശിഷ്യനാണ് വണങ്ങേണ്ടത്."

സിംഹക്കുട്ടി ഗുരുവിനരികിലെത്തി പാഠങ്ങൾ പഠിച്ചു തുടങ്ങി. ഗുരുവിനെ സ്നേഹിച്ചും, ബഹുമാനിച്ചും സിമ്പു കാടിന്റെ നിയമങ്ങൾ ഓരോന്നായി പഠിച്ചെടുത്തു.

രാജകുമാരൻ വന്നതോടെ മറ്റു മൃഗക്കുട്ടികൾ കളരിയിൽ വരാതെയിരുന്നു.

സിമ്പുവിനെ പേടിച്ച് മാറിപ്പോയ മാൻകുട്ടികൾ, അണ്ണാൻ കുഞ്ഞുങ്ങൾ, കുരങ്ങുകൾ, കുറുക്കൻ, ചെന്നായ മുതലായ മൃഗക്കുട്ടികൾ തിരിച്ചെത്തി.

ആദ്യമൊക്കെ അവർക്ക് സിംഹക്കുട്ടിയെ വല്ലാത്ത ഭയമായിരുന്നു. ക്രമേണ ഭയം കുറഞ്ഞുകുറഞ്ഞുവന്നു. കുറെനാൾ കൊണ്ട് എല്ലാമൃഗങ്ങളും സിംഹക്കുട്ടിയോട് വളരെയടുത്തു.

അവർ കൂട്ടുകാരായി മാറി.

സ്നേഹബഹുമാനങ്ങൾ നിലനിർത്തിക്കൊണ്ടുതന്നെ രാജകുമാരനെ കൂട്ടുകാരനായി കരുതാൻ അവർക്കുപറ്റി.

സിമ്പനു സന്തോഷമായി.

ഒഴിവുവേളകളിൽ കൂട്ടുകാർക്കൊപ്പം ഓടാനും ചാടാനും അവൻ ഉത്സാഹിച്ചു.

ചുരുങ്ങിയ സമയംകൊണ്ട് സിംഹരാജകുമാരന് കാട്ടിലുള്ളവരുടെ പ്രിയങ്കരനായി മാറാൻ കഴിഞ്ഞു

എല്ലാവർക്കും ഈ ലോകത്ത് അവരുടേതായ സ്ഥാനമുണ്ട്.

തങ്ങളുടെ വിലയും നിലയും ഒരിക്കലും മറക്കരുത്. എന്നാൽ സഹജീവികളോടുള്ള സ്നേഹബഹുമാനങ്ങൾ നിലനിർത്തുകയും വേണം.

ചുറ്റുമുള്ളവർക്ക് വേണ്ട ബഹുമാനം കൊടുക്കുക. തീർച്ചയായും തിരിച്ചു കിട്ടും.......

കാട്ടിലെ കൂട്ടുകൃഷി

അതിരാണിക്കാട്ടിൽ കടുത്തക്ഷാമംവന്നു.

മരങ്ങൾ പൂത്താലും കായ്ക്കുന്നില്ല. ചെടികൾ പലതും കരിഞ്ഞുതുടങ്ങി. പുൽമേടുകളും കുറ്റിക്കാടുകളുമെല്ലാം ഉണങ്ങിക്കരിയാൻ തുടങ്ങി.

മൃഗങ്ങൾ പട്ടിണികൊണ്ട് വലഞ്ഞു..

സസ്യഭുക്കുകളായ ജീവികൾ കൂടുതലുള്ള പ്രദേശത്താണ് വരൾച്ചയുടെ രൂക്ഷത കൂടുതൽ അനുഭവപ്പെട്ടത്....

കുറേക്കാലം നാട്ടിൽ കഴിഞ്ഞുകൂടി കാട്ടിൽ തിരിച്ചെത്തിയ കുരങ്ങച്ചനായിരുന്നു തങ്കു.

തങ്കുവും കൂട്ടുകാരും ചേർന്ന് ആനച്ചേട്ടനോട് സങ്കടം പറഞ്ഞു... ആനച്ചേട്ടൻ കുരങ്ങച്ചനേയുംകൂട്ടി അയൽക്കാട്ടിലേക്ക് പുറപ്പെട്ടു.

അകലെയുള്ള കാട്ടിൽ പോയി, കുറേ പഴങ്ങളും പച്ച ക്കറികളും കിഴങ്ങുവർഗ്ഗങ്ങളും ശേഖരിച്ചുകൊണ്ടുവന്നു. കാട്ടിലെ വിശാലമായ കുന്നിൻ ചരിവിൽ ഒത്തുകൂടി.

എന്നിട്ട് തങ്കു പറഞ്ഞു.

"കൂട്ടുകാരേ വന്നാലും തീറ്റ തിന്നാലും,
കൂട്ടുകൂടി തീറ്റതിന്നു മടങ്ങിടുംനേരം,
വിത്തൊരെണ്ണം മണ്ണിൽ നിങ്ങൾ നട്ടു വയ്ക്കേണം.

ആഹാരം കഴിച്ചശേഷം അവശേഷിക്കുന്ന വിത്തുകൾ മണ്ണിൽ കുഴിച്ചു വയ്ക്കാൻ ആരും മറക്കരുത്,

വളരെക്കുറച്ചു ദിവസത്തേക്കുള്ള ആഹാരം മാത്രമേ നമ്മുടെ കൈയിലുള്ളൂ.

കാട്ടരുവിയിൽ വെള്ളമുള്ളതുകൊണ്ട് രക്ഷപ്പെട്ടു എന്നു മാത്രം. ആഹാരവും വെള്ളവും സൂക്ഷിച്ച് ഉപയോഗിക്കുകയും വേണം."

അങ്ങനെ അവർ ഓരോരുത്തരായിവന്ന് പഴങ്ങളും പച്ചക്കറികളും വാങ്ങിത്തിന്നശേഷം വിത്തുകൾ കാടിന്റെ പലയിടത്തായി കുഴിച്ചുവച്ചു,

കിഴങ്ങിന്റെ മുളയ്ക്കുന്നഭാഗം ഒഴിച്ച് ബാക്കിയെല്ലാം തിന്നശേഷം, അതും കുഴിച്ചിട്ടു.

തങ്കു നിർദ്ദേശിച്ചപ്രകാരം മുകളിൽ വെള്ളം ഒഴിക്കുകയും ചെയ്തു.

വിത്തുകൾ വളരെവേഗം മുളച്ചുവന്നു. ആനച്ചേട്ടനും തങ്കുവും കൂട്ടുകാരുംകൂടി വെള്ളമൊഴിച്ചു കൊടുത്തു.

ആവശ്യത്തിന് ജലവും സൂര്യപ്രകാശവും കാട്ടിലെ വളവും ഉപയോഗിച്ച് അവ തഴച്ചുവളർന്നു.

ദിവസങ്ങൾകൊണ്ട് അവിടം മനോഹരമായ ഒരു തോട്ടമായി മാറി,

ആനച്ചേട്ടനും കുരങ്ങച്ചനും മറ്റും കാവൽനിന്ന്, ആവശ്യത്തിനുമാത്രം പച്ചക്കറികളും കിഴങ്ങുകളും പറിച്ചെടുത്തു മൃഗങ്ങൾക്ക് നല്കി.

ദിവസങ്ങൾകൊണ്ട് കാട്ടിലെ ക്ഷാമവും പരിഹരിക്കപ്പെട്ടു.

ആനച്ചേട്ടനെയും തങ്കുവിനേയും എല്ലാവരും അഭിനന്ദിച്ചു....

കൃഷി ശീലമാക്കിയാൽ ദാരിദ്ര്യവും ക്ഷാമവും ഒരു പരിധിവരെ പരിഹരിക്കാൻ കഴിയും.

ചിങ്കന്റെ മീൻപിടുത്തം

ചിങ്കൻകുറുക്കൻ, വലിയ സൂത്രക്കാരനാണ്,

ഒരുദിവസം അവൻ കാടുവിട്ട് നാട്ടിലേക്കിറങ്ങി.

ഒളിച്ചും പാത്തും പതുങ്ങിയും നടന്ന്, നാട്ടിൻപുറത്തുള്ള ഒരു കുളത്തിനരികിലുള്ള കുറ്റിക്കാട്ടിൽ മറഞ്ഞിരുന്നു.

അപ്പോഴതാ ഒരാൾ ചൂണ്ടയിട്ട് മീൻ പിടിക്കുന്നു. വലിയ വലിയ മീനുകളാണ് ചൂണ്ടയിൽ കൊളുത്തുന്നത്.

ചിങ്കന് കൊതി സഹിക്കാൻ പറ്റിയില്ല. കുറെനേരം കഴിഞ്ഞപ്പോൾ, കിട്ടിയ മീനുമായി ചൂണ്ട കൊളുത്തിവെച്ച് അയാൾ എങ്ങോട്ടോ മാറി.

ഈ തക്കത്തിന് ചിങ്കൻ ചൂണ്ടയും കടിച്ചെടുത്ത് ഓടിമറഞ്ഞു.

കാട്ടിലേക്ക് കടന്നശേഷം ചൂണ്ടയിൽ കൊളുത്തിയ മത്സ്യത്തെ തിന്ന് വിശപ്പടക്കി.

ഇത് നല്ലൊരു വിദ്യയാണ്,

ഈ ചൂണ്ട ഉപയോഗിച്ച് മീൻ പിടിച്ചാൽ കുശാലായിരിക്കും..

പറ്റിയ കുളം എവിടെയാണ്? അതായി അടുത്ത ചിന്ത,

അങ്ങനെ ചൂണ്ടയുമായി നടന്നുനടന്ന്, കാട്ടിലെ ഒരു തടാകക്കരയിലെത്തി.

അതിൽ നിറയെ മീനുകൾ ഉണ്ടാകുമെന്ന് കരുതി ചിങ്കൻ

മീൻപിടിക്കാനുള്ള വഴി നോക്കി.

നാട്ടിൻപുറത്തെ ചൂണ്ടക്കാരൻ, ചെയ്തരീതിയിൽ ചിങ്കൻ ചൂണ്ട കുത്തിവച്ച് കരയിൽ കാത്തിരുന്നു.

ഇളവെയിൽകൊണ്ട് തടാകക്കരയിൽ ചൂണ്ടയും കുത്തിവെച്ച് സുഖമായൊന്ന് മയങ്ങി...

ഉച്ചമയക്കത്തിൽ, മീനിനെ കറുമുറെ കടിച്ചു തിന്നുന്നതായി സ്വപ്നം കണ്ട് രസിച്ചിരിക്കുമ്പോൾ.

പെട്ടെന്നൊരു കടികൊണ്ട് അവൻ ഞെട്ടി,

കണ്ണു തുറന്നുനോക്കിയപ്പോൾ ഞണ്ടുകൾ ശരീരത്തിൽ പൊതിഞ്ഞിരിക്കുകയാണ്. കുറെയധികം ഞണ്ടുകൾ, ഒരുമിച്ച് അവനെ ഇറുക്കി.

ആ തടാകത്തിൽ നിറയെ ഞണ്ടുകളാണുണ്ടായിരുന്നതെന്ന് അപ്പോഴാണവന്, മനസ്സിലായത്. കടികൊണ്ട ചിങ്കൻ, ഉറക്കെ നിലവിളിച്ചു കൊണ്ടോടി. കൈയും കാലും കുടഞ്ഞ് ഞണ്ടുകളെ വേർപെടുത്തി.

ഒരുവിധം അവിടെനിന്നും രക്ഷപ്പെട്ടു.

മറ്റുള്ളവർ ചെയ്യുന്നത് കണ്ട് അറിയാത്ത പണിക്ക് പോകരുത്.

“പൊല്ലാപ്പായ വഴികാട്ടി”

“**അ**ച്ഛനുമമ്മയും ഇതുവരെയായിട്ടും വന്നിട്ടില്ല.....

മിന്നൂ എനിക്ക് പേടിയാവുന്നു എന്താ അവരെത്രയായിട്ടും വരാത്തത്?”

“അവർക്കറിയാമല്ലോ നമ്മൾ തനിച്ചാണെന്ന്. മനഃപൂർവം. വൈകുന്നതാവില്ല. കടയിൽ തിരക്കാവും. ”

മിന്നു സമാധാനിപ്പിച്ചു.

“അതിരാവിലെ പോയതല്ലേ, പിന്നെന്താ ഇത്രയായിട്ടും വരാത്തത്? അതിനുമാത്രം ഒന്നും വാങ്ങാനില്ലല്ലോ. ഓണത്തിനിനിയും ദിവസങ്ങളുണ്ടല്ലോ. കടയിലിത്ര തിരക്കോ?”

“മക്കളേ... അമ്മ വന്നില്ലേ ഇതുവരെ?”

അപ്പുറത്തെ വീട്ടിലെ ലില്ലിച്ചേച്ചി അന്വേഷിച്ചെത്തി.

“വാ നമുക്ക് വീട്ടിൽ പോയിരിക്കാം ഇവിടെ തനിച്ചിരിക്കേണ്ട. നേരം ഇരുട്ടി.”

“ഫോൺ ചെയ്താലെങ്കിലും അമ്മയ്ക്ക് എടുത്തുകൂടെ? എത്രനേരമായി വിളിച്ചു നോക്കുന്നു.”

ചിന്നു കരച്ചിലിന്റെ വക്കിലെത്തി.

മിന്നുവിനും നിയന്ത്രിക്കാനായില്ല.

ചിന്നൻമുയലിന്റെയും ചക്കിമുയലിന്റെയും പൊന്നോമനകളാണ് മിന്നുവും ചിന്നുവും.

ഈ കാട്ടിൽ എത്തിയിട്ട് അധികനാളായില്ല. ഒരു ബന്ധു വഴി ലില്ലിമാനിന്റെ വീട് വാടകയ്ക്കെടുത്തതാണ്. കാനന സൂപ്പർ മാളിൽ ഓണക്കോടിയും മറ്റും വാങ്ങാൻ രാവിലെ പോയതാണ്.

അച്ഛനുമമ്മയും വൈകുമെങ്കിൽ ഫോൺ വിളിച്ച് പറയാറുള്ളതാണ്.. ഇന്നതുമുണ്ടായില്ല.

ലില്ലിയുടെ ഭർത്താവ് ശിങ്കൻ പരിചയക്കാരനായ കിട്ടൻ പൊലീസിനെ വിളിച്ചു വിവരം പറഞ്ഞു.

പൊലീസ് സംഘം മാളിൽ എത്തി. സി സി ടി വി ക്യാമറകൾ പരിശോധിക്കാനുള്ള നടപടികൾ ആരംഭിച്ചു.

അവർ പോകാനിടയുള്ള സകല സ്ഥലത്തും അന്വേഷിച്ച് പൊലീസ് എത്തി.

ഓണത്തിന് നാലുദിവസം മുമ്പ് പോയതാണ്. ഒരു വിവരവും ഇതുവരെ കിട്ടിയിട്ടില്ല. കുഞ്ഞുങ്ങൾ കരഞ്ഞുകരഞ്ഞ് തളർന്നു വീണു.

ലില്ലി എത്ര കഷ്ടപ്പെട്ടിട്ടും കുഞ്ഞുങ്ങൾ ആഹാരം പോലും കഴിക്കാൻ കൂട്ടാക്കുന്നില്ല.

"മക്കളേ ഇന്ന് തിരുവോണമാണ് പട്ടിണി കിടക്കരുത് എന്തെങ്കിലും കഴിക്ക്."

"വേണ്ട ചേച്ചീ, വിശപ്പില്ല."

രണ്ടാളും ഒന്നിച്ചു പറഞ്ഞു.

വനപത്രങ്ങളിലും കാനന ചാനലുകളിലും വലിയ വാർത്തയായി.

കരയുന്ന കുഞ്ഞുങ്ങളുടെ ചിത്രംസഹിതം ഫീച്ചറുകൾ കോളങ്ങളിൽ നിറഞ്ഞു.

"കാനന സൂപ്പർ മാളിൽപ്പോയ ദമ്പതികൾക്ക് സംഭവിച്ചതറിഞ്ഞാൽ നിങ്ങൾ ഞെട്ടും" ഓൺലൈൻ ചാനലുകളിൽ പ്രധാന തലക്കെട്ട് നിരന്നു.

വനസ്സമാധാനം തകരാറിലാവുന്നു. മുഖ്യമന്ത്രി രാജി വയ്ക്കുക. പ്രതിപക്ഷനേതാവ് കുട്ടൻ കരടി കാനന സഭ ഉപരോധിക്കുന്നു.

സ്ത്രീ സുരക്ഷയ്ക്കായി വനിതാ സംഘടനയുടെ

നേതൃത്വത്തിൽ ഒരു മണിക്കൂർ ഉപവാസസമരം. തുടർന്ന് സ്റ്റാർ ഹോട്ടലിൽ വിഭവസമൃദ്ധമായ ഓണസദ്യയോടൊപ്പം ചർച്ച. കാട്ടിലെ സ്ത്രീ സുരക്ഷിതത്വം ഇന്നലെ, ഇന്ന്, നാളെ. സംഘടനകൾക്ക് പുതിയ ഒരു വിഷയം കിട്ടുംവരെ ചർച്ച യ്ക്കുള്ളതായി. ചാനലുകളിൽ രാത്രി വാർത്തയ്ക്ക് വിഷയ വിദ ഗ്ദ്ധർ ആധികാരികമായി നിഗമനങ്ങൾ പ്രഖ്യാപിച്ചു തുടങ്ങി.

പൊലീസ് വാഹനത്തിന്റെ ഹോൺ കേട്ടപ്പോൾ ലില്ലി കുഞ്ഞുങ്ങളെ വിളിച്ചുണർത്തി.

"മോളെ ദേ കിട്ടൻ ചേട്ടൻ വന്നിരിക്കുന്നു."

"മക്കളേ, പേടിക്കണ്ട നിങ്ങളുടെ അച്ഛനുമമ്മയും സുരക്ഷി തരായി തിരിച്ചെത്തും.."

"ഇന്നലെത്തന്നെ അവരെ കണ്ടെത്തിയതാണ്. ക്ഷീണം കാരണം ഹോസ്പിറ്റലിൽ അഡ്മിറ്റ് ചെയ്തു. ഇപ്പോൾ കുറവുണ്ട്. ഉടൻ അവരെത്തും.

ചേച്ചി ഇല വച്ചോളൂ.

ഞാനും മൂന്നാല് ദിവസമായി മര്യാദയ്ക്ക് എന്തെങ്കിലും കഴിച്ചിട്ട്. ഇന്നിവിടെയാണ് ഓണസദ്യ. നമുക്കെല്ലാവർക്കും ഒന്നിച്ചിരുന്ന് കഴിക്കാം."

അപ്പോഴേക്കും ഒരു വാഹനം അവിടെയെത്തി.

ശിങ്കൻ ചേട്ടനോടൊപ്പം വരുന്ന അച്ഛനമ്മമാരെ കണ്ടു കുഞ്ഞുങ്ങൾ ഓടിയെത്തി.

"ആദ്യം നിങ്ങൾ ഒന്നു കുളിക്ക്. എന്നിട്ട് നമുക്ക് ഒന്നിച്ച് ഊണുകഴിക്കാം.

വേഗം റെഡിയായി വരണം. മക്കൾക്കുള്ള ഓണക്കോടി ഞാൻ വാങ്ങിച്ചിട്ടുണ്ട്."

ശിങ്കൻ പറഞ്ഞു.

ഉണ്ടായ സംഭവങ്ങൾ കിട്ടൻ വിവരിച്ചു.

"ഓണക്കാലമല്ലേ പ്രധാന പാതകളെല്ലാം ബ്ലോക്കായ തിനാൽ ഗൂഗിൾ മാപ്പ് നല്കിയ എളുപ്പവഴിയിലൂടെ വേഗം പോകാമെന്നു കരുതി കാട്ടിടവഴികളിലൂടെയാണവർ പോയത്.

വിജനമായ വഴിയിലൂടെ പോയ അവരെ പിടിച്ചുപറിക്കാർ

തടഞ്ഞുനിർത്തി. ഉള്ളതെല്ലാം തട്ടിപ്പറിച്ചു. ഫോണടക്കം എല്ലാം കൊണ്ടുപോയി. നിലവിളി ശബ്ദം പോലും പുറത്തു കേൾക്കാത്ത പ്രദേശമാണ്.

അവരെ പിന്തുടർന്നോടിയ രണ്ടാൾക്കും വഴിതെറ്റി. കൊള്ള ക്കാർ ഒളിച്ചിരുന്ന ഇരുണ്ട ഗുഹയിൽ അവരെ അടച്ചിട്ടിട്ട് കാറുമായി അവന്മാർ രക്ഷപ്പെട്ടു.

കഴിഞ്ഞദിവസം പൊലീസ് പിടിയിലായ അവരിൽനിന്ന് മനസ്സിലാക്കിയ വിവരങ്ങൾ വച്ചാണ് ഇവരെ രക്ഷപ്പെടുത്താൻ കഴിഞ്ഞത്.

ശ്വാസം കിട്ടാത്ത ഗുഹയിൽ രണ്ടാളും ബോധമില്ലാതെ കിടക്കുകയായിരുന്നു. കൃത്യസമയത്ത് ആശുപത്രിയിലെത്തി ച്ചതുകൊണ്ട് രക്ഷപ്പെട്ടു.

കാലം നല്ലതല്ല വാഹനങ്ങളധികം കടന്നുപോകാത്ത, മൃഗവാസമില്ലാത്ത അപരിചിതമായ വഴികളിലൂടെ ഒരിക്കലും പോകരുത്.

വഴിതെറ്റിയാൽ ചോദിക്കാൻ പോലും ആരെയും കണ്ടെന്ന് വരില്ല.....

ജീവനുള്ള വഴികാട്ടികളെ മറന്ന് യന്ത്രങ്ങളെ മാത്രം വിശ്വസിച്ച് പരിചയമില്ലാത്ത വഴികളിലൂടെ പോകുമ്പോൾ ആപ്പ് പൊല്ലാപ്പാവാതെ സൂക്ഷിക്കണം."

സൗഹൃദ ഒളിമ്പിക്സ്

കാട് മറ്റൊരു കായികമേളയ്ക്ക്, തയ്യാറെടുത്തുകഴിഞ്ഞു മാസങ്ങൾ നീണ്ടുനിന്ന തെരഞ്ഞെടുപ്പും പരിശീലന മുറകളും അതിജീവിച്ച് അവസാനഘട്ടത്തിലെത്തിയ വളരെ ക്കുറച്ചു മൃഗങ്ങൾക്കു മാത്രമേ പങ്കെടുക്കാൻ കഴിയൂ.

ആദ്യഘട്ട മത്സരങ്ങളിൽപ്പോലും ഉൾപ്പെടാനുള്ള ശാരീ രികക്ഷമതയില്ലാതെ, കുറച്ചു മൃഗങ്ങളും പക്ഷികളും ഉണ്ടായി രുന്നു ആ കാട്ടിൽ.

ഭിന്നശേഷിയുള്ള അവരെ പരിഗണിക്കാൻ ആരും തയ്യാറായില്ല.

കാനന വേൾഡ് കപ്പ് നടന്നപ്പോഴും ഇതുതന്നെയായിരുന്നു സ്ഥിതി.

എല്ലാവരും ഓടിച്ചാടി നടന്ന് ആഘോഷപൂർവ്വം ഒളിമ്പിക് സിനെ വരവേറ്റപ്പോൾ കാലുകൾക്ക് ചലനശേഷിയില്ലാത്ത ചെല്ലൻ കുരങ്ങ്, വലതുകൈ നഷ്ടമായ ഹിരണ്യ കുരങ്ങ്, വേഗത്തിൽ ഓടാൻ ബുദ്ധിമുട്ടുള്ള ടുട്ടു കരയാമ, ചിറകിന് ശേഷിക്കുറവുള്ള ചില പക്ഷികൾ, ഒരു കാലിനു നീളക്കുറവുള്ള ഡിങ്കിരിമാൻ, മുൻ കാലിനു പരിക്കുപറ്റിയ കുട്ടിക്കൊമ്പൻ ഇവരെല്ലാം സങ്കടത്തിലാണ്. അതുപോലെ ആയകാലത്ത് താരങ്ങളായിരുന്ന പല മൃഗങ്ങളും പക്ഷികളും ആരോഗ്യസ്ഥിതി

മോശമായപ്പോൾ ഒഴിവാക്കപ്പെട്ടു.

കരുത്തുള്ളവർ അതിജീവിക്കും എന്ന കാടിന്റെ നിയമം അവർക്ക് എല്ലാത്തിനും തടസ്സമായിരുന്നു.

ഒരേ ചിന്താഗതിയുള്ളവർക്ക് എന്നെങ്കിലും ഒത്തുകൂടാതിരിക്കാൻ കഴിയില്ലല്ലോ?

അവരും ഒത്തുകൂടി.

ഒളിമ്പിക്സ് ഗ്രാമത്തിനുപുറത്ത് അധികമാരും എത്തിച്ചേരാത്ത ഒരു കുറ്റിക്കാട്ടിലാണ് കൂട്ടുകാർ ഒത്തുകൂടിയത്.

അവർ പരസ്പരം പലതും പറയാതെ പറഞ്ഞു.

ഒടുവിൽ തീരുമാനമെടുത്തു നമുക്കുംവേണം ഒരു ഒളിമ്പിക്സ്. നീക്കങ്ങളെല്ലാം വളരെ വേഗമായിരുന്നു.

സമാനചിന്താഗതിയുള്ളവർ, സമാന അവസ്ഥയുള്ളവരെല്ലാവരും ചേർന്ന് ഒരു ഒളിമ്പിക്സിന് തയ്യാറായി. സൗഹൃദ ഒളിമ്പിക്സ് അതായിരുന്നു പേര്.

ഇവിടെ മത്സരമില്ല പങ്കാളിത്തം മാത്രം.

വിജയികളില്ല പരാജിതരുമില്ല

തങ്ങൾക്കുമാത്രം ഈ കായികമേളയിൽ പങ്കെടുക്കാൻ സാധിക്കുന്നില്ല എന്നു വിലപിക്കാൻ ആർക്കും അവസരമില്ല കാരണം എല്ലാവർക്കും ഈ സൗഹൃദ ഒളിമ്പിക്സിൽ പങ്കെടുക്കാം.

അവരവർക്ക് യോജിക്കുന്ന രീതിയിൽ പരിഷ്കരിക്കപ്പെട്ട നിയമങ്ങളാണ് ഇവിടെ. കാനന ഒളിമ്പിക്സ് മത്സരം ആരംഭിക്കുന്നതിന് ഒരാഴ്ചമുമ്പ് സൗഹൃദ ഒളിമ്പിക്സ് പ്രഖ്യാപിക്കപ്പെട്ടു.

പലരും അതിനെ പുച്ഛിച്ചു. എങ്കിലും നല്ല മനസ്സുള്ളവർ കാണികളായി മൈതാനിക്കു ചുറ്റും നിരന്നു.

സൗഹൃദ ഒളിമ്പിക്സ് ആരംഭിച്ചു.

പഴയകാല ഒളിമ്പിക്സ് മെഡൽ ജേതാവായ, ഒളിമ്പ്യൻ ചീറ്റു കൊളുത്തിയ ദീപം കാണികളുടെ മനസ്സിലും വെളിച്ചമായി. ആദ്യദിവസം വളരെക്കുറച്ചുപേർ മാത്രമേ കാഴ്ചക്കാരായി ഉണ്ടായിരുന്നുള്ളൂ.

ക്രമേണ പങ്കാളിത്തം കൂടിക്കൂടി വന്നു. കാണികളുടെ മനസ്സിന് ആനന്ദവും കണ്ണിൽ നനവും പടർത്തിക്കൊണ്ട് സൗഹൃദ ഒളിമ്പിക്സ് മുന്നേറി......

അവസാന ദിവസമാണ് ട്രാക്ക് മത്സരങ്ങൾ. പങ്കെടുക്കാൻ ആഗ്രഹമുള്ളവരെല്ലാം ഒരുമിച്ച് ട്രാക്കിലൂടെ നടന്നു മുന്നേറി.

പിന്തള്ളപ്പെടുന്നവരെ ഒപ്പംകൂട്ടി ഒരേ ദിശയിൽ ഒരേ സമയത്ത് ഒന്നിച്ചൊന്നായി അവർ നടന്നുനീങ്ങി.

ഇവിടെ കലഹങ്ങളില്ല മത്സരമില്ല വഴക്കില്ല, എല്ലാവരും ഒന്നിച്ച് ഫിനിഷിങ് പോയിന്റിൽ എത്തിച്ചേർന്നു.

കാണികളെല്ലാം ചിറകടിച്ചും കൈയടിച്ചും ആനന്ദ ശബ്ദങ്ങൾ മുഴക്കിയും അവരെ പ്രോത്സാഹിപ്പിച്ചു.

വിദേശ വനരാജ്യത്തെ പ്രതിനിധികൾ, രാജ്യത്തെ ഭരണ ത്തലവന്മാർ എല്ലാവരും ആ മനോഹര ദൃശ്യത്തിന് സാക്ഷി യായി.

വനരാഷ്ട്രപതി, കണ്ഠമിടറിക്കൊണ്ട് പ്രഖ്യാപിച്ചു.

"ഇതാണ് യഥാർത്ഥ ഒളിമ്പിക്സ്. പുറംപൂച്ചുകളില്ലാത്ത വരുടെ കൂട്ടായ്മയാണ് നാം കണ്ടത്. നാളെ നടക്കുന്ന ഉദ്ഘാ ടനസഭയിൽ പ്രധാനയിനം നമ്മുടെ ഈ കൂട്ടുകാരുടെ പ്രകട നങ്ങളാണ്, അവരാണ് ഒളിമ്പിക്സിന്റെ താരങ്ങൾ."

വിദേശികളും സ്വദേശികളുമായ എല്ലാ മൃഗങ്ങളും പക്ഷികളും ഒരേ മനസ്സോടെ അതിനെ സ്വീകരിച്ചു.

തുടർന്നുനടന്ന ലോക വന സമ്മേളനത്തിൽ കാടുകൾ ക്കെല്ലാം മാതൃകയായ ഈ പദ്ധതി ലോകമൊട്ടാകെ ഏറ്റെടുത്ത് ഒളിമ്പിക്സ് മാതൃകയിൽ അതേ നിറപ്പകിട്ടിലും, ആർഭാടത്തിലും നടത്താൻ മറ്റു വനരാഷ്ട്രത്തലവന്മാരും തയ്യാറായി. സൗഹൃദ മത്സരങ്ങളും നന്മനിറഞ്ഞ ലോകത്തിന്, ആവശ്യമാണെന്ന് തിരിച്ചറിഞ്ഞ മൃഗങ്ങൾ ഒരേമനസ്സോടെ മുന്നേറി.

വ്യത്യസ്ത കഴിവുകളുള്ള നിരവധിപ്പേർ ചുറ്റുപാടും ഉണ്ട്. അവരെക്കണ്ടെത്തി വളർത്താൻ ഓരോ ഭരണകൂടവും പ്രതിജ്ഞാബദ്ധരാവണം.

ഡോലുവിന്റെ നന്മ

വിനോദയാത്ര സംഘങ്ങൾ കടന്നുപോകുന്ന വഴിയരികിലായിരുന്നു ചിങ്കൻ കുരങ്ങന്റെ താവളം. യാത്രികർ നല്കുന്ന ആഹാരം കഴിച്ച് അവനവിടെ സുഖമായി കഴിഞ്ഞു വരുമ്പോഴാണ്, ലോക്ക്ഡൗൺമൂലം വാഹനങ്ങൾ ഓടാതെ വന്നത്. ചിങ്കൻ പട്ടിണിയായി, അവൻ കാട്ടിലേക്ക് പുറപ്പെട്ടു. വളരെ പണിപ്പെട്ട് കാട്ടിലെത്തിയ അവൻ തനിച്ച് തീറ്റതേടാൻ സാധിച്ചില്ല, ഒരു കാലിനും ഒരു കൈക്കും സ്വാധീനമില്ലാത്തതിനാൽ മരങ്ങളിൽക്കയറി പഴങ്ങൾ പറിക്കാൻ സാധിക്കില്ല.

കുരങ്ങന്മാർ കൂട്ടമായി വസിക്കുന്ന മരങ്ങൾക്കരികിൽ അവനെത്തി.

സ്വന്തം വർഗ്ഗക്കാർ എന്തെങ്കിലും വിധത്തിൽ സഹായിക്കുമെന്ന സന്തോഷത്തോടെയാണ് അവിടെ എത്തിയത്.

നിർഭാഗ്യമെന്നു പറയട്ടെ തെമ്മാടിക്കുരങ്ങുകളുടെ കൂട്ടമായിരുന്നു അത്. അവർ സഹായിച്ചില്ലെന്ന് മാത്രമല്ല കളിയാക്കി ആട്ടിപ്പായിച്ചു. നിരാശയും ദുഃഖവുംമൂലം പതുക്കെ കാട്ടിലൂടെ നടന്നു പോകുംവഴി പലതരം മൃഗങ്ങളെയും കണ്ടുമുട്ടി. അവനെ സഹായിക്കാൻ അവരാരും ഒരുക്കമായിരുന്നില്ല.

നടന്നു ക്ഷീണിച്ച്, വിശന്നുതളർന്ന് ഒരു മരച്ചുവട്ടിൽ

വീണുപോയി ആ സാധുമൃഗം.

ചുണ്ടിൽ നനവു പടർന്നപ്പോഴാണ് അവൻ ഉണർന്നത്. ഒരു അണ്ണാൻ മാമ്പഴം പിഴിഞ്ഞ് അവന്റെ ചുണ്ടിൽ ചാറ് ഇറ്റിച്ചു, വിശപ്പും ദാഹവും മാറി എഴുന്നേറ്റിരുന്ന കുരങ്ങനോട് അണ്ണാൻ വിവരങ്ങളെല്ലാം ചോദിച്ചു മനസ്സിലാക്കി.

"ഒട്ടും വിഷമിക്കേണ്ട. ആരോരുമില്ല എന്നു കരുതി വേദനിക്കണ്ട. ഞാൻ ഡോലു, ഈ കാട്ടിൽ മലയണ്ണാനായി ഞാൻ മാത്രമേയുള്ളൂ. എനിക്ക് മറ്റാരും കൂട്ടില്ല നമുക്ക് കൂട്ടുകൂടിയാലോ?'

"അതിനെന്താ സന്തോഷമേയുള്ളൂ. ഇനിമുതൽ നമ്മൾ നല്ല കൂട്ടുകാരായിരിക്കും." അന്നുമുതൽ ഡോലു മരങ്ങൾ മാറിമാറി നടന്ന് കുരങ്ങച്ചനാവശ്യമുള്ള പഴങ്ങൾ പറിച്ചുകൊടുക്കും. സഹോദരങ്ങളെപ്പോലെ അവർ ആ കാട്ടിൽ വസിച്ചു.

സ്വന്തക്കാരെന്നു കരുതുന്നവർ പലപ്പോഴും നമ്മെ ഉപേക്ഷിച്ചെന്നു വരാം. അപ്രതീക്ഷിതമായി നന്മയുള്ള ചിലർ ആ സമയത്ത് നമ്മുടെ സഹായത്തിനെത്തും.

കാനന വേൾഡ് കപ്പ്

ആവേശകരമായ കാനന വേൾഡ്കപ്പ് ഫുട്ബോൾ സെമി ഫൈനലിൽ കരടികളുടെ ടീം, കുരങ്ങുകളുടെ ടീം, കാട്ടുപോത്തു കളുടെ ടീം, ചീറ്റപ്പുലികളുടെ ടീം എന്നിവർ തെരഞ്ഞെടു ക്കപ്പെട്ടു.

വാശിയേറിയ സെമിഫൈനലിൽ താരതമ്യേന ദുർബ്ബലരായ കുരങ്ങുകളുടെ ടീം ഏറ്റവും കരുത്തരായ ചീറ്റപ്പുലികളെയാണ് നേരിടുന്നത്......

കരടികളുടെ സംഘം എതിരിടുന്നത് കാട്ടുപോത്തുകളുടെ ടീമിനെയാണ്...

പരിശീലനം നടക്കുന്നിടത്തേക്ക് കുലുങ്ങിക്കുലുങ്ങി കുട്ടിക്കൊമ്പനായ ഗജ്ജു എത്തിച്ചേർന്നു. കാട്ടുപോത്തുകളുടെ ടീം ക്യാപ്റ്റനായ ബഫലേഷ് ഗജ്ജുവിന്റെ അടുത്ത സുഹൃ ത്താണ്. അവൻ ക്യാപ്റ്റനോട് ചോദിച്ചു.

പന്തുകളിക്കുന്ന കൂട്ടുകാരാ.
എന്നെയും കൂട്ടുമോ നിന്റെ കൂടെ
പന്തു കളിക്കുവാനുണ്ട് മോഹം
ഇന്നു ഞാൻ പോരട്ടെ കൂട്ടുകാരാ,

“ഏയ് ചങ്ങാതീ നിങ്ങളുടെ ടീമിൽ എന്നെയും കൂട്ടുമോ? എത്ര ദിവസമായി ഞാൻ നിന്റെ പുറകേ നടക്കുന്നു.” ഇല്ല എന്ന്

ഉത്തരം പറയാനുള്ള മടികൊണ്ട് ബഫലേഷ് മിണ്ടിയില്ല.

ഗജ്ജു നേരെ കരടികളെ സമീപിച്ചു. അവരവനെ കളിയാക്കി

പൊണ്ണുച്ചാരേ, കുട്ടിക്കൊമ്പാ, പൊണ്ണത്തടിയും വച്ചിട്ടെങ്ങനെ, പന്തിനു പുറകെ പാഞ്ഞെത്തും വേണ്ടാ വേഗം പൊക്കോളൂ....

‘‘തടിയച്ചാരേ ഈ തടിയും വെച്ചെങ്ങനെയാണ് പന്തുകളിക്കുക വേഗം സ്ഥലംവിട്ടോ.”

ഒടുവിൽ ഗജ്ജു, കുരങ്ങന്മാരുടെ ടീമിന്റെ ക്യാപ്റ്റനായ, തങ്കുവിനെ സമീപിച്ചു.

പാവത്തിന്റെ ആഗ്രഹം കണ്ടപ്പോൾ നല്ലവരായ കുരങ്ങന്മാർ പറഞ്ഞു,

“നോക്കട്ടെ ചേട്ടാ റിസർവ്വായി ഒരു കളിക്കാരനെ എടുക്കാൻ ഞങ്ങൾക്ക് കഴിയും. അതിൽ ചേട്ടനെ പരിഗണിക്കാം.”

ഗജ്ജുവിന് സന്തോഷമായി. അവൻ തൊട്ടടുത്തുനിന്ന മരം കുലുക്കി ധാരാളം പഴങ്ങൾ താഴോട്ട് വീഴിച്ചു.

കുരങ്ങന്മാർക്ക് പോലും എത്താത്ത കൊമ്പിൽ നിന്നിരുന്ന പഴങ്ങളെല്ലാം താഴെയെത്തി...

സെമി ഫൈനൽ ദിവസമായി. പെട്ടെന്ന് ഗോൾകീപ്പർ മിങ്കൻ കുരങ്ങനു സുഖമില്ലാതായി.

കുരങ്ങന്മാർ കൂടിയാലോചിച്ച് ഗജ്ജുവിനെ കീപ്പറായി നിയമിച്ചു.

മത്സരം ആരംഭിച്ചു. നിലംതൊടാതെ പായുന്ന ചീറ്റപ്പുലികൾ കുരങ്ങന്മാരെ പന്തു തൊടീച്ചില്ല.

സെമിഫൈനലിൽ ഒന്നാം സ്ഥാനക്കാരായ അവർ നാലാം സ്ഥാനക്കാരായ കുരങ്ങന്മാരെ വട്ടംകറക്കി.

പക്ഷേ, ഒരൊറ്റ ഗോൾ പോലും വലയിൽ വീണില്ല!

മല പോലെ ഉറച്ചു നിന്ന് പന്തു തടുക്കുന്ന ഗജ്ജുവിനെ കടന്ന് എങ്ങനെ ഗോൾ വലയിലെത്തിക്കും?

അവസാന നിമിഷം ഒരു പന്ത് വലയിലേക്ക് വീണു വീണില്ല എന്ന മട്ടിലായി വന്നപ്പോൾ ഗജ്ജു അത് തട്ടിത്തെറിപ്പിച്ചു

ഈ അവസരം മുതലാക്കി തങ്കു ആ പന്ത് ചീറ്റപ്പുലികളുടെ

ഗോൾവലയിലെത്തിച്ചു.

ഒന്ന് - പൂജ്യത്തിന് കുരങ്ങൻപട ജയിച്ചു.

മറ്റൊരു കളിയിൽ കരുത്തരായ കരടികളും വിജയിച്ചു. ഞായറാഴ്ച നടക്കുന്ന വാശിയേറിയ ഫൈനലിൽ, ദുർബ്ബലരായ എതിരാളികളെക്കിട്ടിയ സന്തോഷത്തിൽ മതിമറന്ന് കരടികൾ മൈതാനത്തിലെത്തി. മത്സരം ആരംഭിച്ചു,

ക്രൂരന്മാരും കരുത്തരുമായ കരടിക്കൂട്ടം, കുരങ്ങന്മാരെ പലവിധത്തിലും ദ്രോഹിച്ചു ബലമായി തള്ളിവീഴ്ത്തി, പന്തു തൊടാൻ അനുവദിക്കാതെ, പലവിധത്തിൽ വിഷമിപ്പിച്ചു, പലരും പരിക്കുപറ്റി കയറിപ്പോയി, കരടികളുടെ ക്യാപ്റ്റൻ ബേരൻ, അറിയാത്ത മട്ടിൽ തട്ടിയിട്ട് തങ്കുവിന് പരിക്കേല്പിച്ചു,

പകരത്തിനിറങ്ങാൻപോലും കുരങ്ങന്മാരുടെ ടീമിൽ ആളില്ലാതായി, പക്ഷേ, എത്ര ശക്തിയായി ഗോളടിക്കാൻ ശ്രമിച്ചാലും ഗജ്ജുവിനരികിൽ തന്ത്രങ്ങൾ ഒന്നും വിലപ്പോവില്ല.

സെമിഫൈനലിലെപ്പോലെ കളികഴിയാറായിട്ടും രണ്ടു കൂട്ടർക്കും ഗോളടിക്കാൻ കഴിഞ്ഞിട്ടില്ല അവസാന നിമിഷം, കരടികൾ ഒരു വലിയ മതിൽപോലെ ഒത്തുചേർന്ന്, വട്ടത്തിൽ നിരന്നു.

ബേരൻ ശക്തിയായി പന്ത് ഗോൾ വലയ്ക്കുനേരെയടിച്ചു, ഗജ്ജു, നിഷ്പ്രയാസം തുമ്പികൊണ്ട് പന്ത് തടുത്തു,

എന്നിട്ട്, പന്തുനിലത്തുവെച്ച് ഒരൊറ്റയടി, കോട്ടപോലെ കാവൽ നില്ക്കുന്ന കരടികളുടെ തലയ്ക്കുമുകളിലൂടെ പാഞ്ഞ് കൃത്യം ഗോൾവലയിലെത്തി. ഒന്ന് - പൂജ്യം എന്ന സ്കോറിൽ കുരങ്ങന്മാർ കാനന വേൾഡ് കപ്പ് സ്വന്തമാക്കി... ഒടിഞ്ഞകൈ വെച്ചുകെട്ടി തങ്കുവും അവശത മറന്ന് കൂട്ടുകാരും ചേർന്ന് കപ്പ് ഏറ്റുവാങ്ങി. കളിയിലെ കേമനായും മികച്ച ഗോൾകീപ്പറായും നമ്മുടെ ഗജ്ജുവിനെ തെരഞ്ഞെടുത്തു.

തനിക്കും ടീമിനും കിട്ടിയ ട്രോഫികളും, തങ്കുവിനെയും പുറത്തേറ്റി ഗജ്ജു കാടു മുഴുവനും ചുറ്റിക്കറങ്ങി.

ആവേശകരമായ സ്വീകരണമാണവർക്ക് ലഭിച്ചത്. ഈ സമയത്ത് അഹങ്കാരികളായ കരടിക്കൂട്ടം നാണിച്ച് ആരും കാണാതെ ഒളിച്ചു ഗുഹകളിലേക്ക് മടങ്ങി.....

പിങ്കുക്കരടിയുടെ സഞ്ചാരം

മഞ്ഞുമലയിലെ കരടികളുടെ രാജകുമാരനായിരുന്നു പിങ്കു. കൂട്ടുകാർക്കൊപ്പം മഞ്ഞിലുരുണ്ടുകളിച്ചു രസിക്കുകയാണ് അവന്റെ പ്രധാന വിനോദം.

കുറച്ചുദിവസം കഴിഞ്ഞപ്പോൾ അവൻ കൂട്ടുകാരോട് പറഞ്ഞു.

“ഹോ! എന്നും ഈ മഞ്ഞുമലയിൽക്കിടന്നു മടുത്തു ഒരു രസവുമില്ല.

മുത്തശ്ശൻ ഒരിക്കലെന്നോട് പറഞ്ഞിട്ടുണ്ട് മഞ്ഞുമലയുടെ അപ്പുറത്തെ പച്ചനിറമുള്ള പുല്ത്തകിടിയും മനോഹരമായ പർവ്വതവും ഒഴുകുന്ന അരുവിയും നിറഞ്ഞ നാടിനെക്കുറിച്ച്. മരത്തിൽക്കയറി തേൻ കുടിക്കുന്ന കരടിക്കൂട്ടത്തിനരികിൽ പോകാൻ എനിക്ക് കൊതിയാവുന്നു”

“അയ്യോ അതു വേണ്ട നമുക്കത്തരം പ്രദേശങ്ങളിൽ ജീവിക്കാനുള്ള കഴിവില്ല. മഞ്ഞുമൂടിയ പ്രദേശത്ത് ജീവിക്കാൻ പറ്റുന്ന ശരീരപ്രകൃതിയാണ് നമ്മുടേത് സാധാരണ കരടികൾക്ക് മാത്രമേ അവിടെ ജീവിക്കാൻ കഴിയൂ നമ്മൾ ധ്രുവക്കരടികളല്ലേ.....”

കൂട്ടത്തിൽ മുതിർന്ന ഒരു കരടി അവനെ വിലക്കി.

ഒരുദിവസം കൂട്ടുകാർക്കൊപ്പം, കുറച്ചകലെ മഞ്ഞിലുരുണ്ടു

കളിക്കാൻ പോയ പിങ്കു മഞ്ഞിലൂടെ തെന്നിനീങ്ങുന്ന, മാനുകൾ വലിക്കുന്ന വിചിത്രമായ ഒരു വണ്ടി കണ്ടു.

വണ്ടി വലിക്കുന്ന മാനുകളോട് പിങ്കു ചോദിച്ചു:

"തെന്നിത്തെറിച്ചു നടന്നിടുന്ന പുന്നാര വണ്ടിയിൽ ഞാൻ വരട്ടേ?

മഞ്ഞുമല വിട്ടകലെപ്പോകാൻ എന്തൊരു മോഹമെനിക്കു കേട്ടോ."

"അയ്യോ വേണ്ട മോനേ...

മഞ്ഞുപ്രദേശം വിട്ടു മാറി ജീവിക്കാൻ നമുക്ക് ബുദ്ധി മുട്ടാണ് അവിടെപ്പോയാൽ മോൻ ബുദ്ധിമുട്ടും. വേണ്ട ഞങ്ങൾ കൊണ്ടുപോകില്ല."

"ഞാനും വരും എനിക്കും വരണം നിങ്ങളുടെ കൂടെ ...."

പിങ്കു വാശിപിടിച്ചു

ഒടുവിൽ മാനുകൾ വണ്ടിയിൽക്കയറ്റി അവനെ കൊണ്ടുപോയി.

കുറെ ദൂരം പോയി അവർ മഞ്ഞുമലയുടെ അതിർത്തിയി ലെത്തി.

"മോനേ പിങ്കു അധികദൂരം പോകണ്ട. കാലാവസ്ഥ നമുക്കു പറ്റിയതല്ല സൂക്ഷിക്കണം." എന്നു പറഞ്ഞ് അവരവനെ അവിടെ ഇറക്കി വിട്ടു.

മഞ്ഞുപ്രദേശം വിട്ട് ആദ്യമായി പുറത്തു കടക്കുന്ന ആവേശത്തിൽ സന്തോഷത്തോടെ പിങ്കു താഴ്‌വരയിലേക്കോടി.

എന്തൊരു രസമാണാ ഹാ ഹാ
പച്ചപ്പുല്ലും, പൂമരവും
പച്ച പിടിച്ചൊരു സാമ്രാജ്യം.
കാണാനെന്തൊരു രസമാണേ

അവൻ ആവേശത്തോടെ മുന്നോട്ടു നടന്നു

ഹായ് ! എത്ര മനോഹരമായ കാഴ്ചകൾ

മുമ്പുതന്നെ ഇവിടെ വരേണ്ടതായിരുന്നു.

എന്നു ചിന്തിച്ചുകൊണ്ട് നടന്നുനടന്ന് മുന്നേറിയ അവനു വഴിതെറ്റി.

പച്ചപ്പ് കുറേശ്ശെ മാഞ്ഞുതുടങ്ങി. ചൂടു കൂടിക്കൂടി വരുന്നു പിങ്കു ആകെ വിഷമത്തിലായി.

ഏതു വഴി തിരിച്ചുപോകണമെന്നറിയാതെ അവൻ അങ്ങോട്ടുമിങ്ങോട്ടും നടന്നു. ദേഹം പൊള്ളിക്കരിയും എന്ന് തോന്നി.

അവൻ ഉറക്കെക്കരഞ്ഞു

കരഞ്ഞു തളർന്നു മുന്നോട്ടു നടന്ന അവൻ ഞെട്ടിപ്പോയി മുന്നിൽ ഒരു കടുവ?

അപരിചിതനായ കരടിയെക്കണ്ട കടുവ അലറി.

"ആരാണ് നീ? എവിടെ നിന്ന് വരുന്നു? ഈ കാട്ടിൽ നിനക്കെന്താണ് കാര്യം?"

"അയ്യോ എന്നെ ഒന്നും ചെയ്യരുത്. ഞാൻ മഞ്ഞിൽ വസിക്കുന്ന കരടിയാണ്. മഞ്ഞുദേശത്തുനിന്നും ഈ പ്രദേശം കാണാൻ വന്നതാണ്. ഞാൻ ഒറ്റയ്ക്കേയുള്ളൂ. വഴിതെറ്റിപ്പോയി."

"ഹും! മേലാൽ ഈ വഴി കണ്ടുപോകരുത് അവിടെയാണ് മഞ്ഞുമല അങ്ങോട്ടോടിക്കോ." കടുവ പറഞ്ഞ വഴിയിലൂടെ ഓടിയോടി മുന്നേറി തളർന്നവശനായെങ്കിലും മടുക്കാതെ പിങ്കു മുന്നോട്ടു കുതിച്ചു.

ഓടിക്കിതച്ച് മുമ്പോട്ടു പോകുംവഴി വലിയൊരു മലപോലെ ഒരു രൂപം.

ഭീമാകാരനായ കാട്ടുകൊമ്പനായിരുന്നു അത്

"നില്ക്കവിടെ നീയാരാണ്?

കരയിലെ ഏറ്റവും വലിയ മൃഗമായ എന്നെക്കണ്ടിട്ട് കാണാത്ത മട്ടിൽ ഓടുന്ന നീ എവിടെനിന്നു വരുന്നു?"

"അയ്യോ! ചേട്ടാ ഞാൻ കണ്ടില്ല ക്ഷമിക്കണം."

പിങ്കു വിവരങ്ങളെല്ലാം പറഞ്ഞു. കൊമ്പന് അലിവുതോന്നി "ശരി എന്റെ പുറത്തുകയറിക്കോ." എന്നുപറഞ്ഞ് കൊമ്പൻ കുനിഞ്ഞിരുന്നു.

പിങ്കു സാവധാനം ആനപ്പുറത്ത് കയറി.

ആദ്യം ഭയം തോന്നിയെങ്കിലും പിന്നീടവന് രസമായി. ആനപ്പുറത്ത് കയറി രാജാവിനെപ്പോലെ പിങ്കു മഞ്ഞുമലയുടെ അടിവാരത്തിൽ എത്തി.

നോക്കുമ്പോൾ അവിടെയുണ്ട് അച്ഛനും അമ്മയും കൂട്ടുകാരുമെല്ലാം. കൊമ്പൻ കാലു മടക്കി ഇരുന്നു പിങ്കു സാവധാനം ഇറങ്ങി കൊമ്പൻ ചേട്ടന് നന്ദിപറഞ്ഞുകൊണ്ട് അമ്മയുടെ അരികിലേക്ക് ഓടി .

അമ്മ അവനെ കെട്ടിപ്പിടിച്ചു പൊട്ടിക്കരഞ്ഞു.

"പൊന്നു മോനെ നീ എന്തൊരു വലിയ മണ്ടത്തരമാണ് കാണിച്ചത്.

ചൂടുള്ള പ്രദേശങ്ങളിൽ ജീവിക്കാൻ നമുക്ക് കഴിയില്ല ഇതൊന്നുമറിയാതെ നീ എന്തിനീ അബദ്ധം കാണിച്ചു.

ഇനി ഒരിക്കലും ഇങ്ങനെ ചെയ്യരുത് കേട്ടോ" എന്നുപറഞ്ഞ് അമ്മ അവനെ പിടിച്ചു വലിച്ചു കൊണ്ടുപോയി.

കൂട്ടത്തിലുള്ള മറ്റാരും കാണാത്ത പ്രദേശങ്ങൾ കാണാൻ കഴിഞ്ഞ സന്തോഷവും വലിയ വലിയ അപകടങ്ങളിൽനിന്ന് രക്ഷപ്പെട്ട സമാധാനവും കലർന്ന ഭാവത്തിൽ ഇനി ഒരിക്കലും ഇതുപോലുള്ള കുഴപ്പത്തിൽ ചെന്ന് ചാടില്ല എന്നുറപ്പിച്ചു കൊണ്ട് അവൻ തലതാഴ്ത്തി മുന്നോട്ട് നടന്നു.

“വയസ്സ് ഒരു സംഖ്യ മാത്രം”

“ഈ കിളവന്മാർക്കൊന്നും വേറെ പണിയില്ലേ?!

വയസ്സാംകാലത്ത് ഓടിയും ചാടിയും കൈയും കാലുമൊടിഞ്ഞു കിടക്കാനായിട്ട്!”

“അതെയതെ ഒരോട്ടക്കാരനും, ചാട്ടക്കാരനും വന്നിരിക്കുന്നു!”

കൂരൻ കടുവ പറഞ്ഞതിനോട് ശൂരൻ ചെന്നായ യോജിച്ചു.

“ഒളിമ്പിക്സിന് പ്രായം ഒരു പ്രശ്നമല്ല ഓടാനും ചാടാനുമുള്ള ആരോഗ്യമുണ്ടായാൽ മതി.”

കേളൻ കരടി അവരെ തിരുത്തി.

“എന്നാലും ചെറുപ്പക്കാർ അണിനിരക്കുന്ന വേദിയിൽ ഈ വയോധികർക്കെന്ത് കാര്യം.”

സൂത്രൻ കുറുക്കൻ കളിയാക്കിക്കൊണ്ട് ചോദിച്ചു.

ഏറെക്കാലത്തിനുശേഷം കാട്ടിൽ ഒളിമ്പിക്സ് വന്നിരിക്കുകയാണ്.

അന്യവനങ്ങളിൽനിന്ന് നിരവധി പ്രഗത്ഭരെത്തി മാറ്റുരയ്ക്കുന്ന വേദിയിൽ കാട്ടിലെ പഴയ കായികതാരങ്ങളും ആവേശത്തോടെ പങ്കെടുത്തു. പുതിയ തലമുറയ്ക്ക് അതത്ര പിടിച്ചില്ലെന്നുമാത്രം...

മുത്തു നരച്ചുള്ള മുത്തച്ഛന്മാരേ

വയ്യാത്ത കാലത്തു ചാടിയോടാൻ
വെറുതെ ശ്രമിച്ചു തളർന്നിടണ്ട
നടുതല്ലിവീണു കിടന്നിടേണ്ട
അപ്പൂപ്പന്മാരേ ....

ആവശ്യമില്ലാത്ത പണിക്ക് പോണ്ട. സൂത്രനും, ശൂരനും അവരെ വീണ്ടും വിലക്കി.

പ്രായമായെന്നു പറഞ്ഞിട്ട് കാര്യമില്ല യോഗ്യതാ മത്സര ങ്ങളിലെല്ലാം.

ശിങ്കൻപുലിയും, പിങ്കലി മാനും, മർക്കൻ കുരങ്ങനും ചെറുപ്പക്കാരെക്കാൾ വളരെദൂരം മുന്നിലെത്തി യോഗ്യത നേടി.

ഏറ്റവും കൂടുതൽ പോയിന്റ് നേടുന്ന കായികതാരത്തിന് വനമദ്ധ്യത്തിൽ അത്യന്താധുനിക സൗകര്യങ്ങളോടുകൂടിയ ഒരു ഗുഹയാണ് സമ്മാനം.

രണ്ടും മൂന്നും സ്ഥാനം നേടുന്നവർക്കും വാസസ്ഥലങ്ങൾ സമ്മാനമായി ലഭിക്കും.

ഒളിമ്പിക്സ് വേദി സജീവമായി, വയസ്സന്മാരെന്ന് വിളിച്ച് കളിയാക്കിയ ചെറുപ്പക്കാരെയെല്ലാം പിന്തള്ളി പിങ്കലിയും, ശിങ്കനും അവസാന റൗണ്ടിലേക്ക് പ്രവേശിച്ചു.

വേലി ചാടിക്കടക്കൽ മത്സരത്തിന് പിങ്കലി സ്വർണ്ണമെഡൽ നേട. മർക്കനും നിരവധി മെഡലുകൾ കരസ്ഥമാക്കി.

ഏറ്റവും ആവേശകരമായ ദീർഘദൂര ഓട്ടമത്സരത്തിന് ചെറുപ്പക്കാരോടൊപ്പം ചുറുചുറുക്കോടെ ശിങ്കൻ പുലിയച്ഛനും അണിനിരന്നു.

വെടിയൊച്ച മുഴങ്ങി.

അപ്പ് അപ്പ് അപ്പ് അപ്പ്

കാണികൾക്ക് ആവേശം പകർന്നുകൊണ്ട് ഇഞ്ചോടിഞ്ച് പോരാട്ടം.

ഒടുവിൽ തന്നെക്കാൾ പകുതിയിൽ താഴെ പ്രായമുള്ള ചെറുപ്പക്കാരെയെല്ലാം കീഴടക്കിക്കൊണ്ട് ശിങ്കൻ ഒന്നാം സ്ഥാനം കരസ്ഥമാക്കി.

“മാന്യമഹാമൃഗങ്ങളേ .....

ലോകത്തിനു മുന്നിൽ നമ്മുടെ കാടിന്റെ അഭിമാനമായി

ഇതാ മൂന്ന് ചെറുപ്പക്കാർ, പ്രായംകൊണ്ട് വയോധികർ എന്ന് കളിയാക്കാൻ നടന്ന മുതിർന്ന പുതുതലമുറയെ നിഷ്പ്രയാസം മറികടന്നു മുന്നേറി. നമ്മുടെ കാടിന് ഒളിമ്പിക്സ് കിരീടം നേടിത്തന്നതിൽ ഇവരുടെ പങ്ക് ചെറുതല്ല. വരും തലമുറയ്ക്ക് മാതൃകയായ ഈ മാന്യമൃഗശ്രേഷ്ഠരെ വന കായിക രത്ന പുരസ്കാരത്തിന് നാം ശുപാർശ ചെയ്യുന്നു."

വിജയികൾക്കുള്ള പുരസ്കാരങ്ങൾ വിതരണം ചെയ്യുന്ന വേദിയിൽ വച്ച് വന രാഷ്ട്രപതി ഗർജ്ജൻ സിംഹം നടത്തിയ പ്രസ്താവന കരഘോഷങ്ങളോടെ മൃഗസമൂഹം ഏറ്റെടുത്തു.

മറുപടി പ്രസംഗത്തിൽ ശിങ്കൻ അറിയിച്ചു. "ആരെയും വെല്ലുവിളിക്കാനല്ല ഞങ്ങൾ മത്സരത്തിൽ പങ്കെടുത്തത്. ചെറുപ്പകാലത്ത് സാധിക്കാത്തത് ഈ പ്രായത്തിൽ സാധിച്ചു എന്ന് മാത്രം.

വിജയികൾക്ക് ലഭിച്ച പുരസ്കാരങ്ങൾ ആദരവോടെ ഏറ്റുവാങ്ങുന്നു.

ഇപ്പോഴുള്ള വാസസ്ഥലത്തിൽ ഞാൻ തൃപ്തനാണ്. അതിനാൽ ഏറ്റവും മികച്ച കായിക താരത്തിനുള്ള ഭവനം

സ്വന്തമായി ഭവനമില്ലാത്ത സാധു മൃഗത്തിന് സംഭാവന നല്കാൻ ഞാൻ അഭ്യർത്ഥിക്കുന്നു.

എല്ലാവർക്കും നന്മകൾ ഉണ്ടാവട്ടെ."

മൃഗങ്ങളുടെ ശബ്ദഘോഷങ്ങൾക്കിടയിലും ആ വാക്കുകൾ മുഴങ്ങിക്കേട്ടു .....

വയസ്സ് ഒരു സംഖ്യ മാത്രം,

ആരോഗ്യവും കഠിനാദ്ധ്വാനവുമുള്ളവർക്ക് എത്ര വലിയ പ്രതിസന്ധി ഘട്ടങ്ങളെയും തരണം ചെയ്യാൻ കഴിയും.

വേദിയിൽനിന്ന് ഇറങ്ങിവരുന്ന താരങ്ങളെ നോക്കി കേളൻ കരടി ആദരവോടെ പറഞ്ഞു.

ഭക്ഷ്യസുരക്ഷ

"**അ**റിഞ്ഞില്ലേ ...... നമ്മുടെ ബേക്കറിക്കാരൻ ചീരൻ ചെന്നായയുടെ മോൻ ചില്ലു അവശനിലയിൽ ആശുപത്രിയിലാണത്രേ."

ചെല്ലൻകുറുക്കൻ കൂട്ടുകാരനായ കീരൻ ചെന്നായയോട് പറഞ്ഞു...

"അയ്യോ എന്തുപറ്റി?"

"എന്താണെന്നറിയില്ല. ചില്ലുമോനെ അത്യാഹിത വിഭാഗത്തിൽ പ്രവേശിപ്പിച്ചിരിക്കുകയാണ് ....."

ചീരൻ ആശുപത്രിയുടെ ഇടനാഴിയിലൂടെ ആധിപിടിച്ച് പാഞ്ഞുനടക്കുകയാണ്.

അമ്മച്ചെന്നായ തളർന്നു കിടക്കുന്നു.

കുറച്ചുകഴിഞ്ഞപ്പോൾ ഡോക്ടർ സിംഹേന്ദ്ര കുമാർ പുറത്തുവന്ന് പറഞ്ഞു.

"രണ്ടുമൂന്നു പ്രാവശ്യം വയർ നല്ലവണ്ണം കഴുകി. മരുന്നുകളും ഫലിച്ചുതുടങ്ങിയിട്ടുണ്ട്.

മോൻ അപകടനില തരണംചെയ്തു.

കുറേ ദിവസത്തേക്ക് ഭക്ഷണം ശ്രദ്ധിക്കണം.

പഴകിയമാംസം അകത്തു ചെന്നതാണ് പ്രശ്നമായത്.

ഇത്തരം ഭക്ഷണങ്ങൾ കൊടുക്കാതിരിക്കാൻ ശ്രദ്ധിക്കുക.

മുതിർന്നവരും ശ്രദ്ധിക്കണം.”

രംഗം ശാന്തമായപ്പോൾ ചീരൻ ഭാര്യയെ നോക്കി ഗൗരവത്തിൽ പറഞ്ഞു.

“നിന്നോടു പലവട്ടം പറഞ്ഞിട്ടില്ലേ?

എന്നോട് പറയാതെ നമ്മുടെ കടയിൽനിന്ന് ഒരു സാധനവും കുഞ്ഞുങ്ങൾക്ക് കൊടുക്കരുതെന്ന് .... അതെങ്ങനെയാ ഷവർമ്മ കണ്ടാൽ അമ്മയും മക്കളും വിടില്ല. എന്നിട്ടിപ്പോൾ കണ്ടില്ലേ?”

പരിസരം മറന്ന് ചീരൻ പറഞ്ഞ വാക്കുകൾ കേട്ട് കേൾവിക്കാർ അന്തംവിട്ടു.

‘അപ്പോ... പഴകിയതും കേടുവന്നതുമായ സാധനങ്ങൾ തന്ന് ഇത്രയുംനാൾ ഞങ്ങളെ പറ്റിക്കുകയായിരുന്നു അല്ലേ...’

സ്വന്തംകുട്ടിക്ക് അപകടം പറ്റിയപ്പോഴെങ്കിലും നിനക്ക് ബോധം ഉണ്ടാകട്ടെ.

അവനവന്റെ വീട്ടിലുള്ളവർക്ക് കഴിക്കാൻ പറ്റാത്ത വസ്തുക്കൾ കച്ചവട മനഃസ്ഥിതിയോടെ മറ്റുള്ളവർക്ക് വിളമ്പുക! എത്ര വലിയ തെറ്റാണ്?”

“നിന്റെ കൊള്ളരുതായ്മയുടെ ഫലം ആ പാവം കുട്ടിയാണ് അനുഭവിച്ചത്.”

വീരൻ പുലി കോപത്തോടെ പറഞ്ഞു.

“കഴിഞ്ഞയാഴ്ച നിങ്ങളുടെ ബേക്കറിയിൽ വന്നശേഷമാണ് എന്റെ മോനു സുഖമില്ലാതായത്.

ഇപ്പോഴും അവനെ ഡിസ്ചാർജ് ചെയ്തിട്ടില്ല.”

വീരന്റെ വാക്കുകളിൽ ദേഷ്യവും നിരാശയും കലർന്നിരുന്നു.

“നല്ല രീതിയിൽ ഭക്ഷണം വിളമ്പുന്നവരെപ്പോലും ഇത്തരക്കാർ സംശയത്തിന്റെ നിഴലിലാക്കും....”

ഒരു ബന്ധുവിനെക്കാണാൻ ആശുപത്രിയിലെത്തിയ ആനന്ദനാന പരിഭവത്തോടെ പറഞ്ഞു.

“അതെയതെ ഇനി കുറച്ചുനാൾ ഭക്ഷ്യസുരക്ഷയുടെ പേരിൽ കുറേ പരിശോധനകൾ നടത്തും. അതു കഴിയുമ്പോൾ

എല്ലാവരും എല്ലാം മറക്കും.

കുഞ്ഞുങ്ങളെയുംകൊണ്ട് നമ്മൾ വീണ്ടും പലഹാര ക്കടയിലേക്ക് ഓടും."

ഡിങ്കിരിമാൻ പറഞ്ഞു.

"വീട്ടിലെ കുഞ്ഞുങ്ങളും ഇതുതന്നെയാണ് സ്ഥിതി. വീട്ടിലുണ്ടാക്കുന്നത് അവർക്ക് വേണ്ട. ഇത്തരം ഭക്ഷണം മാത്രം മതി."

ശീതങ്കിക്കുരങ്ങത്തി അതിനോട് യോജിച്ചു.

"വീട്ടിലുണ്ടാക്കുന്നതിനു തുല്യമായി നല്ല ഭക്ഷണം വൃത്തിയായി വിളമ്പുന്ന നിരവധി സ്ഥാപനങ്ങളുണ്ട്. ഇത്തരം കള്ളനാണയങ്ങൾ അവർക്കുകൂടി ചീത്തപ്പേരുണ്ടാക്കും."

"അവനവനുകൂടി കഴിക്കാനുള്ള ഭക്ഷണമാണെന്ന വിചാര ത്തോടെ വേണം മറ്റുള്ളവർക്കുള്ള ഭക്ഷണം തയ്യാറാക്കാൻ."

സീതമ്മത്താറാവ് പറഞ്ഞപ്പോൾ ശിങ്കാരി അരയന്നം അവരെ തിരുത്തി.

"അതല്ല മറ്റുള്ളവർക്ക് കൊടുക്കാനുള്ളതാണെങ്കിൽ കൂടുതൽ ശ്രദ്ധിക്കുകയാണ് വേണ്ടത്."

ഇതെല്ലാം കേട്ട് ചീരൻ ലജ്ജയോടെ തലതാഴ്ത്തി.

രാത്രി കാവല്ക്കാരൻ

ഒരു പണിയും ചെയ്യാതെ?

മരക്കൊമ്പിലെ മറ്റു കിളികൾ മൂങ്ങയെ നോക്കി ഉറക്കെ വിളിച്ചു പറഞ്ഞു.

മൂങ്ങച്ചാരേ കുഴിമടിയാ
വെറുതെയുറക്കം തൂങ്ങാതെ
ഞങ്ങൾക്കൊപ്പം വന്നിടുകിൽ
വായുവിൽ നീന്തി രസിച്ചീടാം ...

ഇങ്ങനെ പക്ഷിക്കൂട്ടം മാറിമാറി വിളിച്ചിട്ടും മൂങ്ങച്ചേട്ടൻ കേട്ടതായി നടിച്ചില്ല.

എല്ലാ പക്ഷികളും പകൽ ഉല്ലസിച്ച് നടക്കുമ്പോൾ മൂങ്ങകൾ മാത്രം മരപ്പൊത്തിൽ ഉറക്കം തൂങ്ങിയിരിക്കും.

അങ്ങനെയിരിക്കെ പക്ഷികളുടെ കായികമേള വന്നണഞ്ഞു.

കാട്ടിൽ ആദ്യമായി വന്നുചേർന്ന ബേർഡ്സ് ഒളിമ്പിക്സ് ഏറ്റവും ഗംഭീരമാക്കാൻ അവർ മത്സരിച്ച് ഓരോരോ ചുമതലകൾ ഏറ്റെടുത്തു. ചുരുങ്ങിയ ദിവസങ്ങൾകൊണ്ട് എല്ലാ സജ്ജീകരണവും പൂർത്തിയാക്കി.

വിശാലമായ സ്റ്റേഡിയം, പ്രത്യേക കളിസ്ഥലങ്ങൾ പറക്കാൻ കഴിയാത്ത പക്ഷികളുടെ ഓട്ടമത്സര ട്രാക്കുകൾ എല്ലാം ഒരുങ്ങി.

പക്ഷിയാണെന്നു പറഞ്ഞിട്ടെന്ത് കാര്യം മൂങ്ങയെ ഒന്നിനും കൊള്ളില്ല...

മത്സരങ്ങളിൽ പോലും പങ്കെടുക്കില്ല. ഇങ്ങനെയുണ്ടോ ഒരു ഉറക്കം?

ഉറക്കം തന്നെ ഉറക്കം!

പക്ഷികൾ പരസ്പരം പറഞ്ഞു.

പക്ഷികളുടെ ഒളിമ്പിക്സ് എന്നറിയപ്പെടുന്ന കായിക മേളയ്ക്ക് ഇനി നാലുനാൾ മാത്രം. ഒരുവിധം ഒരുക്കങ്ങൾ പൂർത്തിയാക്കി മടങ്ങിയ പക്ഷിക്കൂട്ടം തളർന്നുറങ്ങുമ്പോൾ ഇരുട്ടിന്റെ മറവിൽ വലിയൊരു ചതി അവിടെ ഒരുങ്ങുക യായിരുന്നു.

“എല്ലാ പക്ഷികളും ഉറക്കമാണ് വേഗം വാ.” പക്ഷികളുടെ കൂട്ടത്തിൽ ചേരാൻ കഴിയാത്ത അസൂയകൊണ്ട് ചതിയന്മാരായ വവ്വാലുകൾ തീപ്പന്തങ്ങളുമായി വരുന്ന വിവരം പാവം പക്ഷികൾ അറിഞ്ഞതേയില്ല.

ഉണങ്ങിയ കരിയിലയും പുല്ലുംകൊണ്ട് സജ്ജീകരിച്ച മനോഹരമായ സ്റ്റേഡിയം നശിപ്പിക്കാനാണ് വരവ്. പെട്ടെന്ന് വലിയ ശബ്ദത്തോടെ നൂറുകണക്കിന് മൂങ്ങകൾ പറന്നുവന്ന് ചതിയന്മാരെ നേരിട്ടു.

ലഹള കേട്ട് മറ്റു പക്ഷികൾ ഉണർന്നു. മൂങ്ങകളും വവ്വാലുകളും തമ്മിലുള്ള സംഘട്ടനമാണ് തീപ്പന്തങ്ങളുടെ വെളിച്ചത്തിൽ അവർക്ക് കാണാൻ കഴിഞ്ഞത്. മൂങ്ങകൾ തീക്കൊള്ളികൾ തട്ടിപ്പറിച്ച് ദൂരെ നദിയിലെറിഞ്ഞു.

വവ്വാലുകളെ ഒന്നൊഴിയാതെ തുരത്തി വിട്ടു. “ഭാഗ്യം ... നിങ്ങൾ ഉണർന്നിരുന്നതുകൊണ്ട് വലിയൊരു ആപത്ത കന്നുപോയി.”

മടിയന്മാരെന്ന് കളിയാക്കി വിളിച്ചതിന്, പക്ഷികൾ മൂങ്ങകളോട് ക്ഷമ ചോദിച്ചു.

പ്രധാനമന്ത്രി ജീമൂതൻ പറഞ്ഞു നാമെല്ലാം ഉറങ്ങുമ്പോൾ ഉറക്കമിളച്ച് ഇവർ കാവലിരിക്കുന്നതുകൊണ്ടാണ് നമുക്ക് സുഖമായി ഉറങ്ങാൻ പറ്റുന്നത്. നമുക്ക് രാത്രി ഇവരെക്കൂടി

ഉൾപ്പെടുത്തി ചില മത്സരങ്ങൾ വച്ചാലോ ശിങ്കാരിത്തത്ത ചോദിച്ചു. “അതു അതു നല്ല കാര്യമാണ്. വെളിച്ചം കിട്ടാൻ പന്തങ്ങളുമായി വവ്വാലുകളെ കാവൽ നിർത്തുകയും ചെയ്യാം.”

കൗവ്വൻ കാക്ക പറഞ്ഞു.

“വേണ്ട വേണ്ട അവർ സ്റ്റേഡിയത്തിനു മുകളിൽ തീപ്പന്തം കൊണ്ടുപോയിട്ടാൽ ഒറ്റ ദിവസമേ വെളിച്ചം കാണേണ്ടിവരൂ.”

ചീരൻ പരുന്ത് നിരുത്സാഹപ്പെടുത്തി.

“ആരെയും മോശക്കാരായി കരുതണ്ട വവ്വാലുകളും ചിറകുള്ള കൂട്ടല്ലേ. അവരെയും മൂങ്ങകളെയും നമുക്ക് പറ്റുന്നതുപോലെ കൂടെ കൂട്ടാം...”

മുത്തശ്ശിക്കാക്ക അവരെ തിരുത്തി.

“എല്ലാവരെയും ഒരുമിച്ചു കൊണ്ടുപോകണം അതിനുള്ള പദ്ധതികൾ തയ്യാറാക്കാം.” പ്രധാനമന്ത്രി പറഞ്ഞത് പക്ഷികൂട്ടം ചിറകടിയൊച്ച മുഴക്കി സ്വീകരിച്ചു ....